The Hidden World of Trees: Unreveling Forest Ecology

ಮರಗಳ ಗುಪ್ತ ಪ್ರಪಂಚ: ಅರಣ್ಯ ಪರಿಸರವ್ಯೂಹದ ರಹಸ್ಯಗಳನ್ನು ಬಿಚ್ಚಿಡುವುದು

Vikram Sen

The Hidden World of Trees: Unreveling Forest Ecology

Copyright © 2023 by Vikram Sen

All rights reserved. No part of this book may be reproduced or transmitted in any form or by any means, electronic or mechanical, including photocopying, recording, or by any information storage and retrieval system, without permission in writing from the publisher.

This book is a work of fiction. Names, characters, places, and incidents either are the product of the author's imagination or are used fictitiously. Any resemblance to actual events, locales, persons, living or dead, is entirely coincidental.

The first edition was published in 2023

ISBN:
Published by:
Sunshine
1663 Liberty Drive
Hyderabad, IN 47403
www.Sunshinepublishers.com

This book is self-published using on-demand printing and publishing, which allows it to be printed and distributed globally

TABLE OF CONTENT

Chapter 1: Rooted in Life 10

- Introduction to the diversity of trees and their ecological importance.
- Explore the fascinating anatomy and physiology of trees, including their hidden structures and communication networks.
- Discuss the role of trees in supporting life forms and regulating climate.

Chapter 2: Whispers in the Wood Wide Web 16

- Delve into the intricate underground world of tree roots and their connections through mycorrhizal networks.
- Explain how trees communicate with each other and share resources through these networks.
- Explore the role of soil microbes in sustaining forest ecosystems.

Chapter 3: Guardians of the Canopy 22

- Climb into the treetops and discover the hidden world of canopy life.
- Discuss the adaptations of trees and animals to survive in the canopy, including pollination, seed dispersal, and predator-prey relationships.
- Explore the role of the canopy in regulating temperature, humidity, and light within the forest.

Chapter 4: The Language of Leaves   28

- o Decipher the secrets hidden in the leaves of trees, from their shapes and sizes to their colors and chemical signatures.
- o Explain how leaves communicate with each other and with the environment, influencing light, water, and nutrient cycles.
- o Explore the role of leaves in herbivory and forest defense mechanisms.

Chapter 5: The Orchestra of the Understory   34

- o Dive into the vibrant world of the forest floor, teeming with insects, fungi, and other organisms.
- o Explain the complex interactions between different species in the understory, including decomposition, nutrient cycling, and predator-prey relationships.
- o Discuss the role of the understory in maintaining soil health and supporting biodiversity.

Chapter 6: The Rhythm of the Seasons   40

- o Explore how trees and forests change throughout the year, from the vibrant green of spring to the fiery hues of autumn.
- o Explain the physiological and ecological adaptations of trees to different seasons, including dormancy, flowering, and fruiting.
- o Discuss the impact of climate change on seasonal cycles and forest ecosystems.

Chapter 7: Threats to the Emerald Kingdom   47

- Identify the major threats to forests worldwide, including deforestation, logging, climate change, and invasive species.
- Discuss the consequences of these threats for biodiversity, ecosystem services, and human well-being.
- Highlight the importance of forest conservation and sustainable management practices.

Chapter 8: The Guardians of the Green   53

- Introduce the individuals and organizations working to protect forests and restore degraded ecosystems.
- Explore the different approaches to forest conservation, from community-based initiatives to international treaties.
- Discuss the role of education and awareness in promoting sustainable forest management.

Chapter 9: A Future Rooted in Hope   60

- Conclude by looking towards the future of forests in a changing world.
- Highlight promising initiatives and technologies that can help us protect and restore forests.
- Encourage readers to become active participants in the fight for a greener future.

ಅಧ್ಯಾಯ 1: ಜೀವನದ ಬೇರುಗಳು

- ಮರಗಳ ವೈವಿಧ್ಯತೆ ಮತ್ತು ಅವುಗಳ ಪರಿಸರ ಸ್ಥಿತಿಯ ಪ್ರಾಮುಖ್ಯತೆಯ ಪರಿಚಯ.
- ಮರಗಳ ರೋಮಾಂಚಕ ರಚನೆ ಮತ್ತು ಶರೀರವೈಜ್ಞಾನ, ಅವುಗಳ ಗುಪ್ತ ರಚನೆಗಳು ಮತ್ತು ಸಂವಹನ ಜಾಲಗಳನ್ನು ಅನ್ವೇಷಿಸಿ.
- ಜೀವರೂಪಗಳ ಬೆಂಬಲ ಮತ್ತು ಹವಾಮಾನ ನಿಯಂತ್ರಣದಲ್ಲಿ ಮರಗಳ ಪಾತ್ರವನ್ನು ಚರ್ಚಿಸಿ.

ಅಧ್ಯಾಯ 2: ಕಾಡಿನ ವ್ಯಾಪಕ ಜಾಲದಲ್ಲಿ ಕೇಳಿಸುವ ಧ್ವನಿಗಳು

- ಮರದ ಬೇರುಗಳ ಸಂಕೀರ್ಣವಾದ ಅಂತರ್ಗತ ಜಗತ್ತಿನಲ್ಲಿ ಧುಮುಕಿ, ಅವುಗಳ ಮೈಕೊರೈಜಲ್ ಜಾಲಗಳ ಮೂಲಕ ಸಂಪರ್ಕಗಳು.
- ಮರಗಳು ಒಂದಕ್ಕೊಂದು ಹೇಗೆ ಸಂವಹನ ನಡೆಸುತ್ತವೆ ಮತ್ತು ಈ ಜಾಲಗಳ ಮೂಲಕ ಸಂಪನ್ಮೂಲಗಳನ್ನು ಹಂಚಿಕೊಳ್ಳುತ್ತವೆ ಎಂಬುದನ್ನು ವಿವರಿಸಿ.
- ಕಾಡಿನ ಪರಿಸರ ವ್ಯವಸ್ಥೆಗಳನ್ನು ನಿರ್ವಹಿಸುವಲ್ಲಿ ಮಣ್ಣಿನ ಸೂಕ್ಷ್ಮಜೀವಿಗಳ ಪಾತ್ರವನ್ನು ಅನ್ವೇಷಿಸಿ.

ಅಧ್ಯಾಯ 3: ಗಿಡಗಂಟಿಗಳ ರಕ್ಷಕರು

- ಮರದ ತುದಿಗಳನ್ನು ಏರಿ, ಗಿಡಗಂಟಿಗಳ ಜೀವನದ ಗುಪ್ತ ಪ್ರಪಂಚವನ್ನು ಕಂಡುಹಿಡಿಯಿರಿ.
- ಪರಾಗಸ್ಪರ್ಶ, ಬೀಜ ಚದುರಿಕೆ ಮತ್ತು ಪರಭಕ್ಷಕ-ಭಕ್ಷ್ಯ ಸಂಬಂಧಗಳನ್ನು ಒಳಗೊಂಡಂತೆ ಗಿಡಗಂಟಿಗಳು ಮತ್ತು ಪ್ರಾಣಿಗಳು ಗಿಡಗಂಟಿಗಳಲ್ಲಿ ಬದುಕಲು ಹೊಂದಿಕೊಳ್ಳುವಿಕೆಯನ್ನು ಚರ್ಚಿಸಿ.
- ಕಾಡಿನಲ್ಲಿ ತಾಪಮಾನ, ಆರ್ದ್ರತೆ ಮತ್ತು ಬೆಳಕನ್ನು ನಿಯಂತ್ರಿಸುವಲ್ಲಿ ಗಿಡಗಂಟಿಗಳ ಪಾತ್ರವನ್ನು ಅನ್ವೇಷಿಸಿ.

ಅಧ್ಯಾಯ 4: ಎಲೆಗಳ ಭಾಷೆ

- ಮರಗಳ ಎಲೆಗಳಲ್ಲಿ ಅಡಗಿರುವ ರಹಸ್ಯಗಳನ್ನು ಬಿಡಿಸಿ, ಅವುಗಳ ಆಕಾರಗಳು ಮತ್ತು ಗಾತ್ರಗಳಿಂದ ಹಿಡಿದು ಅವುಗಳ ಬಣ್ಣಗಳು ಮತ್ತು ರಾಸಾಯನಿಕ ಸಹಿಗಳವರೆಗೆ.
- ಎಲೆಗಳು ಒಂದಕ್ಕೊಂದು ಮತ್ತು ಪರಿಸರದೊಂದಿಗೆ ಹೇಗೆ ಸಂವಹನ ನಡೆಸುತ್ತವೆ, ಬೆಳಕು, ನೀರು ಮತ್ತು ಪೋಷಕಾಂಶಗಳ ಚಕ್ರಗಳ ಮೇಲೆ ಪ್ರಭಾವ ಬೀರುತ್ತವೆ ಎಂಬುದನ್ನು ವಿವರಿಸಿ.
- ಸಸ್ಯಹಾರ ಮತ್ತು ಕಾಡಿನ ರಕ್ಷಣಾ ಕಾರ್ಯವಿಧಾನಗಳಲ್ಲಿ ಎಲೆಗಳ ಪಾತ್ರವನ್ನು ಅನ್ವೇಷಿಸಿ.

ಅಧ್ಯಾಯ 5: ಅಡ್ಡಿಯ ಒರ್ಕೆಸ್ಟ್ರಾ

- ಕೀಟಗಳು, ಫಂಗಸ್ ಮತ್ತು ಇತರ ಜೀವಿಗಳಿಂದ ತುಂಬಿರುವ ಕಾಡಿನ ನೆಲದ ಸ್ಪಂದಿಸುವ ಪ್ರಪಂಚಕ್ಕೆ ಧುಮುಕಿ.
- ಕೊಳೆಯುವಿಕೆ, ಪೋಷಕಾಂಶ ಚಕ್ರ, ಮತ್ತು ಪರಭಕ್ಷಕ-ಭಕ್ಷ್ಯ ಸಂಬಂಧಗಳನ್ನು ಒಳಗೊಂಡಂತೆ ಅಡ್ಡಿಯಲ್ಲಿರುವ ವಿವಿಧ ಜಾತಿಗಳ ನಡುವಿನ ಸಂಕೀರ್ಣ ಸಂಬಂಧಗಳನ್ನು ವಿವರಿಸಿ.
- ಮಣ್ಣಿನ ಆರೋಗ್ಯವನ್ನು ಕಾಪಾಡುವ ಮತ್ತು ಜೈವಿಕ ವೈವಿಧ್ಯತೆಯನ್ನು ಬೆಂಬಲಿಸುವಲ್ಲಿ ಅಡ್ಡಿಯ ಪಾತ್ರವನ್ನು ಚರ್ಚಿಸಿ

ಅಧ್ಯಾಯ 6: ಋತುಗಳ ಲಯ

- ವಸಂತಕಾಲದ ಸ್ಪಂದಿಸುವ ಹಸಿರಿನಿಂದ ಶರತ್ಕಾಲದ ಉರಿಯ ಬಣ್ಣಗಳವರೆಗೆ, ಮರಗಳು ಮತ್ತು ಕಾಡುಗಳು ವರ್ಷಪೂರ್ತಿ ಹೇಗೆ ಬದಲಾಗುತ್ತವೆ ಎಂಬುದನ್ನು ಅನ್ವೇಷಿಸಿ.

- ಮಲಗುವಿಕೆ, ಹೂವು ಬಿಡುವುದು ಮತ್ತು ಹಣ್ಣು ಬಿಡುವುದನ್ನು ಒಳಗೊಂಡಂತೆ ವಿವಿಧ ಋತುಗಳಿಗೆ ಮರಗಳ ಶಾರೀರವೈಜ್ಞಾನಿಕ ಮತ್ತು ಪರಿಸರ ಅಳವಡಿಕೆಗಳನ್ನು ವಿವರಿಸಿ.

- ಹವಾಮಾನ ಬದಲಾವಣೆ ಋತುಕಾಲದ ಚಕ್ರಗಳು ಮತ್ತು ಕಾಡಿನ ಪರಿಸರ ವ್ಯವಸ್ಥೆಗಳ ಮೇಲೆ ಹೇಗೆ ಪರಿಣಾಮ ಬೀರುತ್ತದೆ ಎಂಬುದನ್ನು ಚರ್ಚಿಸಿ

ಅಧ್ಯಾಯ 7: ಹಸಿರು ರಾಜ್ಯದ ಬೆದರಿಕೆಗಳು

- ಅರಣ್ಯನಾಶ, ಮರ ಉಡುಗಾರ, ಹವಾಮಾನ ಬದಲಾವಣೆ ಮತ್ತು ಆಕ್ರಮಣಕಾರಿ ಜಾತಿಗಳನ್ನು ಒಳಗೊಂಡಂತೆ ವಿಶ್ವದಾದ್ಯಂತ ಕಾಡುಗಳಿಗೆ ಇರುವ ಪ್ರಮುಖ ಬೆದರಿಕೆಗಳನ್ನು ಗುರುತಿಸಿ.

- ಜೈವಿಕ ವೈವಿಧ್ಯತೆ, ಪರಿಸರ ಸೇವೆಗಳು ಮತ್ತು ಮಾನವ ದುರತೆಗಳಿಗೆ ಈ ಬೆದರಿಕೆಗಳ ಪರಿಣಾಮಗಳನ್ನು ಚರ್ಚಿಸಿ.

- ಕಾಡು ಸಂರಕ್ಷಣೆ ಮತ್ತು ಸಮರ್ಥನೆ ನಿರ್ವಹಣಾ ಕ್ರಮಗಳ ಪ್ರಾಮುಖ್ಯತೆಯನ್ನು ಒತ್ತಿಹೇಳಿ.

ಅಧ್ಯಾಯ 8: ಹಸಿರಿನ ರಕ್ಷಕರು

- ಕಾಡುಗಳನ್ನು ರಕ್ಷಿಸಲು ಮತ್ತು ಹದಗೆಡಿದ ಪರಿಸರ ವ್ಯವಸ್ಥೆಗಳನ್ನು ಪುನರ್ವಸ್ಥಾಪಿಸಲು ಶ್ರಮಿಸುತ್ತಿರುವ ವ್ಯಕ್ತಿಗಳು ಮತ್ತು ಸಂಘಟನೆಗಳನ್ನು ಪರಿಚಯಿಸಿ.
- ಸಮುದಾಯ-ಆಧಾರಿತ ಉಪಕ್ರಮಗಳಿಂದ ಅಂತರರಾಷ್ಟ್ರೀಯ ಒಪ್ಪಂದಗಳವರೆಗೆ, ಕಾಡು ಸಂರಕ್ಷಣೆಯ ವಿವಿಧ ವಿಧಾನಗಳನ್ನು ಅನ್ವೇಷಿಸಿ.
- ಸಮರ್ಥನೆ ಕಾಡು ನಿರ್ವಹಣೆಯನ್ನು ಪ್ರಚಾರ ಮಾಡುವಲ್ಲಿ ಶಿಕ್ಷಣ ಮತ್ತು ಜಾಗೃತಿಯ ಪಾತ್ರವನ್ನು ಚರ್ಚಿಸಿ.

ಅಧ್ಯಾಯ 9: ಹಸಿರಿನಲ್ಲಿ ಬೇರೂರಿರುವ ಭವಿಷ್ಯ

- ಬದಲಾಗುತ್ತಿರುವ ಪ್ರಪಂಚದಲ್ಲಿ ಕಾಡುಗಳ ಭವಿಷ್ಯದತ್ತ ನೋಡುವ ಮೂಲಕ ಕೊನೆಗೊಳಿಸಿ.
- ಕಾಡುಗಳನ್ನು ರಕ್ಷಿಸಲು ಮತ್ತು ಪುನರ್ವಸ್ಥಾಪಿಸಲು ನಮಗೆ ಸಹಾಯ ಮಾಡುವ ಭರವಸೆಯ ಮುबा◌ಿನಿಗಳು ಮತ್ತು ತಂತ್ರಜ್ಞಾನಗಳನ್ನು ಹೈಲೈಟ್ ಮಾಡಿ.
- ಹಸಿರು ಭವಿಷ್ಯಕ್ಕಾಗಿ ಹೋರಾಟದಲ್ಲಿ ಸಕ್ರಿಯ ಪಾಲ್ದಾರರಾಗಲು ಓದುಗರನ್ನು ಪ್ರೋತ್ಸಾಹಿಸಿ.

Chapter 1: Rooted in Life
ಅಧ್ಯಾಯ 1: ಜೀವನದ ಬೇರುಗಳು

ಮರಗಳ ವೈವಿಧ್ಯತೆ ಮತ್ತು ಅವುಗಳ ಪರಿಸರ ಸ್ಥಿತಿಯ ಪ್ರಾಮುಖ್ಯತೆಯ ಪರಿಚಯ

ಮರಗಳು ನಮ್ಮ ಗ್ರಹದ ಮೇಲಿನ ಅತ್ಯಂತ ಪ್ರಮುಖ ಜೀವಂತ ಜೀವಿಗಳಲ್ಲಿ ಒಂದಾಗಿದೆ. ಅವುಗಳು ನಮ್ಮ ವಾತಾವರಣವನ್ನು ಶುದ್ದಗೊಳಿಸುತ್ತವೆ, ಭೂಮಿಯ ಮೇಲೆ ಜೀವನಕ್ಕೆ ಅಗತ್ಯವಾದ ಆಹಾರ ಮತ್ತು ಆಶ್ರಯವನ್ನು ಒದಗಿಸುತ್ತವೆ ಮತ್ತು ನಮ್ಮ ನಿಸರ್ಗದ ಸೌಂದರ್ಯವನ್ನು ಹೆಚ್ಚಿಸುತ್ತವೆ.

ಮರಗಳ ವೈವಿಧ್ಯತೆಯು ಅದ್ಭುತವಾಗಿದೆ. ವಿಶ್ವದಾದ್ಯಂತ, ಸುಮಾರು 60,000 ಕ್ಕೂ ಹೆಚ್ಚು ವಿಭಿನ್ನ ರೀತಿಯ ಮರಗಳಿವೆ. ಅವು ವಿವಿಧ ಆಕಾರಗಳು, ಗಾತ್ರಗಳು ಮತ್ತು ಬಣ್ಣಗಳಲ್ಲಿ ಬರುತ್ತವೆ. ಅವುಗಳು ವಿವಿಧ ರೀತಿಯ ಹವಾಮಾನ ಮತ್ತು ಪರಿಸರಗಳಲ್ಲಿ ಬೆಳೆಯುತ್ತವೆ.

ಮರಗಳ ವೈವಿಧ್ಯತೆಯು ಅವುಗಳ ಪರಿಸರ ಸ್ಥಿತಿಯನ್ನು ರಕ್ಷಿಸಲು ಮುಖ್ಯವಾಗಿದೆ. ವೈವಿಧ್ಯಮಯ ಮರಗಳ ಸಮುದಾಯವು ಹೆಚ್ಚು ಸ್ಥಿರವಾಗಿದೆ ಮತ್ತು ಪರಿಸರ ಬದಲಾವಣೆಯನ್ನು ತಡೆದುಕೊಳ್ಳಲು ಹೆಚ್ಚು ಸಾಮರ್ಥ್ಯವನ್ನು ಹೊಂದಿದೆ.

ಮರಗಳ ವೈವಿಧ್ಯತೆಯನ್ನು ಉತ್ತೇಜಿಸಲು ನಾವು ಮಾಡಬಹುದಾದ ಹಲವಾರು ವಿಷಯಗಳಿವೆ. ನಾವು ಹೆಚ್ಚು ಮರಗಳನ್ನು ನೆಡಬಹುದು, ಅಡವಿಗಳನ್ನು ಸಂರಕ್ಷಿಸಬಹುದು ಮತ್ತು ಮರಗಳ ಬಗ್ಗೆ ಜಾಗೃತಿ ಮೂಡಿಸಬಹುದು.

ಮರಗಳ ವೈವಿಧ್ಯತೆಯ ಪ್ರಯೋಜನಗಳು

ಮರಗಳ ವೈವಿಧ್ಯತೆಯು ನಮ್ಮ ಗ್ರಹಕ್ಕೆ ಅನೇಕ ಪ್ರಯೋಜನಗಳನ್ನು ನೀಡುತ್ತದೆ. ಕೆಲವು ಪ್ರಮುಖ ಪ್ರಯೋಜನಗಳು ಸೇರಿವೆ:

- ವಾತಾವರಣವನ್ನು ಶುದ್ಧಗೊಳಿಸುವುದು: ಮರಗಳು ಗಾಳಿಯಿಂದ ಇಂಗಾಲದ ಡೈಆಕ್ಸೈಡ್ ಅನ್ನು ಹೀರಿಕೊಳ್ಳುತ್ತವೆ ಮತ್ತು ಆಮ್ಲಜನಕವನ್ನು ಬಿಡುಗಡೆ ಮಾಡುತ್ತವೆ. ಇದು ವಾತಾವರಣದ ಗುಣಮಟ್ಟವನ್ನು ಸುಧಾರಿಸಲು ಮತ್ತು ಹವಾಮಾನ ಬದಲಾವಣೆಯನ್ನು ತಡೆಗಟ್ಟಲು ಸಹಾಯ ಮಾಡುತ್ತದೆ.

- ಜೀವವೈವಿಧ್ಯತೆಯನ್ನು ಹೆಚ್ಚಿಸುವುದು: ಮರಗಳು ವಿವಿಧ ರೀತಿಯ ಸಸ್ಯಗಳು, ಪ್ರಾಣಿಗಳು ಮತ್ತು ಇತರ ಜೀವಿಗಳಿಗೆ ಆಶ್ರಯ ಮತ್ತು ಆಹಾರವನ್ನು ಒದಗಿಸುತ್ತವೆ. ಇದು ಜೀವವೈವಿಧ್ಯತೆಯನ್ನು ಹೆಚ್ಚಿಸಲು ಮತ್ತು ನಮ್ಮ ಪರಿಸರವನ್ನು ಆರೋಗ್ಯಕರವಾಗಿರಿಸಲು ಸಹಾಯ ಮಾಡುತ್ತದೆ.

- ಭೂಮಿಯ ಮೇಲೆ ಜೀವನಕ್ಕೆ ಅಗತ್ಯವಾದ ಸಂಪನ್ಮೂಲಗಳನ್ನು ಒದಗಿಸುವುದು: ಮರಗಳು ಜನರು, ಪ್ರಾಣಿಗಳು ಮತ್ತು ಇತರ ಜೀವಿಗಳಿಗೆ ಆಹಾರ, ಮನೆ, ಔಷಧಿ ಮತ್ತು ಇತರ ಅಗತ್ಯ ಸಂಪನ್ಮೂಲಗಳನ್ನು ಒದಗಿಸುತ್ತವೆ.

ಮರಗಳ ರೋಮಾಂಚಕ ರಚನೆ ಮತ್ತು ಶರೀರವೈಜ್ಞಾನ, ಅವುಗಳ ಗುಪ್ತ ರಚನೆಗಳು ಮತ್ತು ಸಂವಹನ ಜಾಲಗಳನ್ನು ಅನ್ವೇಷಿಸಿ

ಮರಗಳು ಭೂಮಿಯ ಅತ್ಯಂತ ಅದ್ಭುತ ಸಸ್ಯಗಳಲ್ಲಿ ಒಂದಾಗಿದೆ. ಅವುಗಳು ವಿವಿಧ ಆಕಾರಗಳು, ಗಾತ್ರಗಳು ಮತ್ತು ಬಣ್ಣಗಳಲ್ಲಿ ಬರುತ್ತವೆ. ಅವುಗಳು ವಿವಿಧ ರೀತಿಯ ಹವಾಮಾನ ಮತ್ತು ಪರಿಸರಗಳಲ್ಲಿ ಬೆಳೆಯುತ್ತವೆ. ಮರಗಳು ನಮ್ಮ ಪರಿಸರಕ್ಕೆ ಅನೇಕ ಪ್ರಯೋಜನಗಳನ್ನು ನೀಡುತ್ತವೆ, ವಾತಾವರಣವನ್ನು ಶುದ್ಧಗೊಳಿಸುವುದು, ಜೀವವೈವಿಧ್ಯತೆಯನ್ನು ಹೆಚ್ಚಿಸುವುದು ಮತ್ತು ಭೂಮಿಯ ಮೇಲೆ ಜೀವನಕ್ಕೆ ಅಗತ್ಯವಾದ ಸಂಪನ್ಮೂಲಗಳನ್ನು ಒದಗಿಸುವುದು ಸೇರಿವೆ.

ಮರಗಳ ರಚನೆ ಮತ್ತು ಶರೀರವೈಜ್ಞಾನ

ಮರಗಳು ಒಂದು ಸಣ್ಣ ಬೀಜದಿಂದ ಬೆಳೆಯುತ್ತವೆ. ಬೀಜವು ಮರದ ಮೂಲವನ್ನು ಒಳಗೊಂಡಿರುತ್ತದೆ, ಇದು ಭೂಮಿಗೆ ಅಂಟಿಕೊಳ್ಳಲು ಮತ್ತು ನೀರು ಮತ್ತು ಪೋಷಕಾಂಶಗಳನ್ನು ಹೀರಿಕೊಳ್ಳಲು ಸಹಾಯ ಮಾಡುತ್ತದೆ. ಮೂಲದಿಂದ ಮೇಲಕ್ಕೆ ಬೆಳೆಯುವ ಮರದ ಭಾಗವನ್ನು ಕಾಂಡ ಎಂದು ಕರೆಯುತ್ತಾರೆ. ಕಾಂಡವು ಮರವನ್ನು ಬೆಂಬಲಿಸುತ್ತದೆ ಮತ್ತು ಎಲೆಗಳು ಮತ್ತು ಹಣ್ಣುಗಳನ್ನು ಹೊರಹಾಕಲು ಸಹಾಯ ಮಾಡುತ್ತದೆ.

ಮರದ ಕಾಂಡದಲ್ಲಿ ಮರದ ತಿರುಳು ಮತ್ತು ತೊಗಟೆಯ ಎರಡು ಪ್ರಮುಖ ಭಾಗಗಳಿವೆ. ಮರದ ತಿರುಳು ಮರದ ಸ್ಥಿತಿಸ್ಥಾಪಕತೆಯನ್ನು ಒದಗಿಸುತ್ತದೆ ಮತ್ತು ನೀರು ಮತ್ತು ಪೋಷಕಾಂಶಗಳನ್ನು ಸಾಗಿಸಲು ಸಹಾಯ ಮಾಡುತ್ತದೆ. ತೊಗಟೆಯು ಮರವನ್ನು ರಕ್ಷಿಸುತ್ತದೆ ಮತ್ತು ಗಾಳಿಯನ್ನು ಒಳಗೆ ತರುತ್ತದೆ ಮತ್ತು ಹೊರಹಾಕುತ್ತದೆ.

ಮರದ ಎಲೆಗಳು ಸೌರಶಕ್ತಿಯನ್ನು ಹೀರಿಕೊಳ್ಳಲು ಮತ್ತು ಆಹಾರವನ್ನು ತಯಾರಿಸಲು ಜವಾಬ್ದಾರರಾಗಿರುತ್ತಾರೆ. ಎಲೆಗಳು ಸಹ ಉಸಿರಾಡಲು ಮತ್ತು ತೇವಾಂಶವನ್ನು ಕಳೆದುಕೊಳ್ಳಲು ಸಹಾಯ ಮಾಡುತ್ತದೆ.

ಮರಗಳು ಹೂವುಗಳು, ಬೀಜಗಳು ಅಥವಾ ಹಣ್ಣುಗಳಂತಹ ಜನನಾಂಗದ ಅಂಗಗಳನ್ನು ಹೊಂದಿರುತ್ತವೆ. ಜನನಾಂಗದ ಅಂಗಗಳು ಮರಗಳನ್ನು ಹೊಸ ಮರಗಳಿಗೆ ಸಂತಾನೋತ್ಪತ್ತಿ ಮಾಡಲು ಸಹಾಯ ಮಾಡುತ್ತವೆ.

ಮರಗಳ ಗುಪ್ತ ರಚನೆಗಳು

ಮರಗಳು ಅನೇಕ ಗುಪ್ತ ರಚನೆಗಳನ್ನು ಹೊಂದಿವೆ, ಅವುಗಳು ಮರದ ಜೀವನ ಮತ್ತು ಬೆಳವಣಿಗೆಗೆ ಅತ್ಯಗತ್ಯವಾಗಿವೆ. ಈ ರಚನೆಗಳಲ್ಲಿ ಕೆಲವು ಸೇರಿವೆ:

- ರೈಜೋಮ್‌ಗಳು: ರೈಜೋಮ್‌ಗಳು ಮರದ ತಲಾಧಾರದಿಂದ ಹೊರಹೊಮ್ಮುವ ಬೇರುಗಳಂತಹ ರಚನೆಗಳಾಗಿವೆ. ಅವು ಮರವನ್ನು ಭೂಮಿಯಲ್ಲಿ ಬಂಧಿಸಲು ಮತ್ತು ಹೊಸ ಮರಗಳನ್ನು ಸಂತಾನೋತ್ಪತ್ತಿ ಮಾಡಲು ಸಹಾಯ ಮಾಡುತ್ತವೆ.

- ಮೂಲಾಂಕುರಗಳು: ಮೂಲಾಂಕುರಗಳು ಮರದ ಕಾಂಡದ ಮೇಲೆ ಬೆಳೆಯುವ ಚಿಕ್ಕ ಮರಗಳಾಗಿವೆ.

ಜೀವರೂಪಗಳ ಬೆಂಬಲ ಮತ್ತು ಹವಾಮಾನ ನಿಯಂತ್ರಣದಲ್ಲಿ ಮರಗಳ ಪಾತ್ರ

ಮರಗಳು ಭೂಮಿಯ ಅತ್ಯಂತ ಪ್ರಮುಖ ಸಸ್ಯಗಳಲ್ಲಿ ಒಂದಾಗಿದೆ. ಅವುಗಳು ನಮ್ಮ ಪರಿಸರಕ್ಕೆ ಅನೇಕ ಪ್ರಯೋಜನಗಳನ್ನು ನೀಡುತ್ತವೆ, ವಾತಾವರಣವನ್ನು ಶುದ್ಧಗೊಳಿಸುವುದು, ಜೀವವೈವಿಧ್ಯತೆಯನ್ನು ಹೆಚ್ಚಿಸುವುದು ಮತ್ತು ಭೂಮಿಯ ಮೇಲೆ ಜೀವನಕ್ಕೆ ಅಗತ್ಯವಾದ ಸಂಪನ್ಮೂಲಗಳನ್ನು ಒದಗಿಸುವುದು ಸೇರಿವೆ.

ಜೀವರೂಪಗಳ ಬೆಂಬಲದಲ್ಲಿ ಮರಗಳ ಪಾತ್ರ

ಮರಗಳು ವಿವಿಧ ರೀತಿಯ ಜೀವರೂಪಗಳಿಗೆ ಆಶ್ರಯ ಮತ್ತು ಆಹಾರವನ್ನು ಒದಗಿಸುತ್ತವೆ. ಅವುಗಳು ಪಕ್ಷಿಗಳು, ಪ್ರಾಣಿಗಳು, ಸಸ್ಯಗಳು ಮತ್ತು ಇತರ ಜೀವಿಗಳಿಗೆ ಮನೆ ಮತ್ತು ಆಹಾರವನ್ನು ಒದಗಿಸುತ್ತವೆ. ಮರಗಳು ಜೀವರೂಪಗಳಿಗೆ ಹಲವಾರು ಪ್ರಯೋಜನಗಳನ್ನು ನೀಡುತ್ತವೆ, ಅವುಗಳೆಂದರೆ:

- ಆಶ್ರಯ: ಮರಗಳು ಜೀವರೂಪಗಳಿಗೆ ಗಾಳಿಯಿಂದ ರಕ್ಷಣೆ, ಮಳೆಯಿಂದ ರಕ್ಷಣೆ ಮತ್ತು ಶತ್ರುಗಳಿಂದ ರಕ್ಷಣೆ ನೀಡುತ್ತದೆ.
- ಆಹಾರ: ಮರಗಳು ಹಣ್ಣುಗಳು, ಬೀಜಗಳು, ಎಲೆಗಳು ಮತ್ತು ಇತರ ಆಹಾರವನ್ನು ಜೀವರೂಪಗಳಿಗೆ ಒದಗಿಸುತ್ತದೆ.
- ಆವಾಸಸ್ಥಾನ: ಮರಗಳು ಜೀವರೂಪಗಳಿಗೆ ವಾಸಿಸಲು ಮತ್ತು ಬೆಳೆಯಲು ಸ್ಥಳವನ್ನು ಒದಗಿಸುತ್ತದೆ.

ಮರಗಳು ಜೀವರೂಪಗಳ ಬೆಂಬಲದಲ್ಲಿ ಅತ್ಯಗತ್ಯವಾಗಿವೆ. ಅವುಗಳು ಪರಿಸರದ ಆರೋಗ್ಯ ಮತ್ತು ಸಮೃದ್ಧಿಯನ್ನು ಕಾಪಾಡಿಕೊಳ್ಳಲು ಸಹಾಯ ಮಾಡುತ್ತವೆ.

ಹವಾಮಾನ ನಿಯಂತ್ರಣದಲ್ಲಿ ಮರಗಳ ಪಾತ್ರ

ಮರಗಳು ಹವಾಮಾನ ನಿಯಂತ್ರಣದಲ್ಲಿ ಪ್ರಮುಖ ಪಾತ್ರ ವಹಿಸುತ್ತವೆ. ಅವುಗಳು ಗಾಳಿಯಿಂದ ಇಂಗಾಲದ ಡೈಆಕ್ಸೈಡ್ ಅನ್ನು ಹೀರಿಕೊಳ್ಳುತ್ತವೆ ಮತ್ತು ಆಮ್ಲಜನಕವನ್ನು ಬಿಡುಗಡೆ ಮಾಡುತ್ತವೆ. ಇದು ವಾತಾವರಣದ ಗುಣಮಟ್ಟವನ್ನು ಸುಧಾರಿಸಲು ಮತ್ತು ಹವಾಮಾನ ಬದಲಾವಣೆಯನ್ನು ತಡೆಗಟ್ಟಲು ಸಹಾಯ ಮಾಡುತ್ತದೆ.

ಮರಗಳು ಗಾಳಿಯ ಉಷ್ಣತೆಯನ್ನು ನಿಯಂತ್ರಿಸಲು ಸಹ ಸಹಾಯ ಮಾಡುತ್ತವೆ. ಮರಗಳು ಸೂರ್ಯನ ಬೆಳಕನ್ನು ಪ್ರತಿಬಿಂಬಿಸುತ್ತವೆ ಮತ್ತು ಗಾಳಿಯನ್ನು ತಂಪುಗೊಳಿಸಲು ಸಹಾಯ ಮಾಡುತ್ತವೆ. ಇದು ಗಾಳಿಯ ಉಷ್ಣತೆಯನ್ನು ಕಡಿಮೆ ಮಾಡಲು ಮತ್ತು ಶೀತ ಹವಾಮಾನದಲ್ಲಿ ಜನರು ಮತ್ತು ಪ್ರಾಣಿಗಳಿಗೆ ಆರಾಮದಾಯಕಗೊಳಿಸಲು ಸಹಾಯ ಮಾಡುತ್ತದೆ.

ಮರಗಳು ಮಳೆಯನ್ನು ಸಹ ನಿಯಂತ್ರಿಸಲು ಸಹಾಯ ಮಾಡುತ್ತವೆ. ಮರಗಳು ಮಳೆಯ ನೀರನ್ನು ಹೀರಿಕೊಳ್ಳುತ್ತವೆ ಮತ್ತು ಅದನ್ನು ಭೂಮಿಯಲ್ಲಿ ಬಿಡುಗಡೆ ಮಾಡುತ್ತವೆ. ಇದು ಭೂಮಿಯ ಮೇಲೆ ಮಳೆಯನ್ನು ಸಮವಾಗಿ ವಿತರಿಸಲು ಮತ್ತು ಭೂಕುಸಿತ ಮತ್ತು ಪ್ರವಾಹವನ್ನು ತಡೆಗಟ್ಟಲು ಸಹಾಯ ಮಾಡುತ್ತದೆ.

ಒಟ್ಟಾರೆಯಾಗಿ, ಮರಗಳು ಜೀವರೂಪಗಳ ಬೆಂಬಲ ಮತ್ತು ಹವಾಮಾನ ನಿಯಂತ್ರಣದಲ್ಲಿ ಅತ್ಯಗತ್ಯವಾಗಿವೆ.

Chapter 2: Whispers in the Wood Wide Web

ಅಧ್ಯಾಯ 2: ಕಾಡಿನ ವ್ಯಾಪಕ ಜಾಲದಲ್ಲಿ ಕೇಳಿಸುವ ಧ್ವನಿಗಳು

ಮರದ ಬೇರುಗಳ ಸಂಕೀರ್ಣವಾದ ಅಂತರ್ಗತ ಜಗತ್ತಿನಲ್ಲಿ ಧುಮುಕಿ, ಅವುಗಳ ಮೈಕೊರೈಜಲ್ ಜಾಲಗಳ ಮೂಲಕ ಸಂಪರ್ಕಗಳು

ಮರಗಳು ನಮ್ಮ ಗ್ರಹದ ಮೇಲಿನ ಅತ್ಯಂತ ಪ್ರಮುಖ ಜೀವಂತ ಜೀವಿಗಳಲ್ಲಿ ಒಂದಾಗಿದೆ. ಅವುಗಳು ನಮ್ಮ ವಾತಾವರಣವನ್ನು ಶುದ್ದಗೊಳಿಸುತ್ತವೆ, ಜೀವವೈವಿಧ್ಯತೆಯನ್ನು ಹೆಚ್ಚಿಸುತ್ತವೆ ಮತ್ತು ಭೂಮಿಯ ಮೇಲೆ ಜೀವನಕ್ಕೆ ಅಗತ್ಯವಾದ ಸಂಪನ್ಮೂಲಗಳನ್ನು ಒದಗಿಸುತ್ತವೆ.

ಮರಗಳ ಬೇರುಗಳು ಅವುಗಳ ಜೀವನ ಮತ್ತು ಬೆಳವಣಿಗೆಗೆ ಅತ್ಯಗತ್ಯವಾಗಿವೆ. ಅವುಗಳು ಮರವನ್ನು ಭೂಮಿಗೆ ಬಂಧಿಸುತ್ತವೆ, ನೀರು ಮತ್ತು ಪೋಷಕಾಂಶಗಳನ್ನು ಹೀರಿಕೊಳ್ಳುತ್ತವೆ ಮತ್ತು ಮರದ ಬೆಳವಣಿಗೆ ಮತ್ತು ಅಭಿವೃದ್ದಿಗೆ ಅಗತ್ಯವಾದ ಜೀವಸತ್ವಗಳು ಮತ್ತು ಹಾರ್ಮೋನುಗಳನ್ನು ಉತ್ಪಾದಿಸುತ್ತವೆ.

ಮರದ ಬೇರುಗಳು ಮಣ್ಣಿನೊಂದಿಗೆ ಸಂಪರ್ಕ ಸಾಧಿಸುವ ಏಕೈಕ ಮಾರ್ಗವಲ್ಲ. ಅವುಗಳು ಮೈಕೊರೈಜಾ ಎಂಬ ಸೂಕ್ಷ್ಮಜೀವಿಗಳೊಂದಿಗೆ ಸಹ ಸಂಬಂಧವನ್ನು ಹೊಂದಿವೆ. ಮೈಕೊರೈಜಾ ಎಂಬುದು ಬೇರು ಮತ್ತು ಶಿಲೀಂದ್ರದ ನಡುವಿನ ಸಹಜೀವನದ ಸಂಬಂಧವಾಗಿದೆ. ಈ ಸಂಬಂಧವು ಎರಡೂ ಸಂಭಾವ್ಯ ಜೀವಿಗಳಿಗೆ ಪ್ರಯೋಜನವನ್ನು ನೀಡುತ್ತದೆ.

ಮೈಕೊರೈಜಲ್ ಜಾಲಗಳು

ಮೈಕೊರೈಜಾ ಎರಡು ಮುಖ್ಯ ವಿಧಗಳಿವೆ:

- ಎಂಡೋಮೈಕೊರೈಜಾ: ಈ ರೀತಿಯ ಮೈಕೊರೈಜಾದಲ್ಲಿ, ಶಿಲೀಂಧ್ರವು ಬೇರಿನ ಒಳಗೆ ಬೆಳೆಯುತ್ತದೆ.

- ಎಕ್ಟೋಮೈಕೊರೈಜಾ: ಈ ರೀತಿಯ ಮೈಕೊರೈಜಾದಲ್ಲಿ, ಶಿಲೀಂಧ್ರವು ಬೇರಿನ ಹೊರಗೆ ಬೆಳೆಯುತ್ತದೆ.

ಎರಡೂ ರೀತಿಯ ಮೈಕೊರೈಜಾಗಳು ಬೇರುಗಳು ಮತ್ತು ಶಿಲೀಂಧ್ರಗಳ ನಡುವೆ ಸಂಪರ್ಕವನ್ನು ಒದಗಿಸುತ್ತವೆ. ಈ ಸಂಪರ್ಕವು ಮರಗಳು ಮತ್ತು ಶಿಲೀಂಧ್ರಗಳಿಗೆ ಹಲವಾರು ಪ್ರಯೋಜನಗಳನ್ನು ನೀಡುತ್ತದೆ.

ಮರಗಳಿಗೆ ಪ್ರಯೋಜನಗಳು

ಮೈಕೊರೈಜಾ ಮರಗಳಿಗೆ ಹಲವಾರು ಪ್ರಯೋಜನಗಳನ್ನು ನೀಡುತ್ತದೆ, ಅವುಗಳೆಂದರೆ:

- ನೀರು ಮತ್ತು ಪೋಷಕಾಂಶಗಳ ಹೀರಿಕೊಳ್ಳುವಿಕೆಯನ್ನು ಹೆಚ್ಚಿಸುತ್ತದೆ. ಮೈಕೊರೈಜಾ ಬೇರುಗಳನ್ನು ಭೂಮಿಯ ಹೆಚ್ಚಿನ ಪ್ರದೇಶಕ್ಕೆ ತಲುಪಲು ಅನುವು ಮಾಡಿಕೊಡುತ್ತದೆ, ಇದು ನೀರು ಮತ್ತು ಪೋಷಕಾಂಶಗಳನ್ನು ಹೀರಿಕೊಳ್ಳುವ ಸಾಮರ್ಥ್ಯವನ್ನು ಹೆಚ್ಚಿಸುತ್ತದೆ.
- ಸಸ್ಯ ರೋಗಗಳಿಗೆ ನಿರೋಧವನ್ನು ಹೆಚ್ಚಿಸುತ್ತದೆ. ಮೈಕೊರೈಜಾಗಳು ಬೇರುಗಳನ್ನು ರೋಗಕಾರಕಗಳಿಂದ ರಕ್ಷಿಸಲು ಸಹಾಯ ಮಾಡುವ ರಕ್ಷಣಾತ್ಮಕ ರಾಸಾಯನಿಕಗಳನ್ನು ಉತ್ಪಾದಿಸುತ್ತವೆ.
- ಬೆಳವಣಿಗೆ ಮತ್ತು ಅಭಿವೃದ್ಧಿಯನ್ನು ಸುಧಾರಿಸುತ್ತದೆ.

ಮರಗಳು ಒಂದಕ್ಕೊಂದು ಹೇಗೆ ಸಂವಹನ ನಡೆಸುತ್ತವೆ ಮತ್ತು ಈ ಜಾಲಗಳ ಮೂಲಕ ಸಂಪನ್ಮೂಲಗಳನ್ನು ಹಂಚಿಕೊಳ್ಳುತ್ತವೆ ಎಂಬುದನ್ನು ವಿವರಿಸಿ

ಮರಗಳು ನಮ್ಮ ಗ್ರಹದ ಮೇಲಿನ ಅತ್ಯಂತ ಪ್ರಮುಖ ಜೀವಂತ ಜೀವಿಗಳಲ್ಲಿ ಒಂದಾಗಿದೆ. ಅವುಗಳು ನಮ್ಮ ವಾತಾವರಣವನ್ನು ಶುದ್ಧಗೊಳಿಸುತ್ತವೆ, ಜೀವವೈವಿಧ್ಯತೆಯನ್ನು ಹೆಚ್ಚಿಸುತ್ತವೆ ಮತ್ತು ಭೂಮಿಯ ಮೇಲೆ ಜೀವನಕ್ಕೆ ಅಗತ್ಯವಾದ ಸಂಪನ್ಮೂಲಗಳನ್ನು ಒದಗಿಸುತ್ತವೆ.

ಮರಗಳು ಒಂದಕ್ಕೊಂದು ಹಲವಾರು ರೀತಿಯಲ್ಲಿ ಸಂವಹನ ನಡೆಸುತ್ತವೆ. ಈ ಸಂವಹನವು ಅವುಗಳ ಬೆಳವಣಿಗೆ, ಅಭಿವೃದ್ಧಿ ಮತ್ತು ಪರಿಸರಕ್ಕೆ ಹೊಂದಿಕೊಳ್ಳುವಿಕೆಯನ್ನು ನಿಯಂತ್ರಿಸಲು ಸಹಾಯ ಮಾಡುತ್ತದೆ.

ಮರಗಳ ಸಂವಹನದ ಕೆಲವು ಮಾರ್ಗಗಳು ಸೇರಿವೆ:

- ರಾಸಾಯನಿಕ ಸಂವಹನ: ಮರಗಳು ಗಾಳಿಯಲ್ಲಿ, ನೀರಿನಲ್ಲಿ ಮತ್ತು ಮಣ್ಣಿನಲ್ಲಿ ಬಿಡುಗಡೆಯಾಗುವ ರಾಸಾಯನಿಕಗಳ ಮೂಲಕ ಸಂವಹನ ನಡೆಸುತ್ತವೆ. ಈ ರಾಸಾಯನಿಕಗಳು ಮರಗಳ ಬೆಳವಣಿಗೆಯನ್ನು ನಿಯಂತ್ರಿಸಲು, ರೋಗಕಾರಕಗಳಿಂದ ರಕ್ಷಿಸಲು ಮತ್ತು ಪರಿಸರಕ್ಕೆ ಹೊಂದಿಕೊಳ್ಳಲು ಸಹಾಯ ಮಾಡುತ್ತವೆ.

- ಉಪಭೋಗಿ ಸಂವಹನ: ಮರಗಳು ಶಿಲೀಂಧ್ರ, ಬ್ಯಾಕ್ಟೀರಿಯಾ ಮತ್ತು ಇತರ ಸೂಕ್ಷ್ಮಜೀವಿಗಳೊಂದಿಗೆ ಸಂವಹನ ನಡೆಸುತ್ತವೆ. ಈ ಸಂವಹನವು ನೀರು ಮತ್ತು ಪೋಷಕಾಂಶಗಳ ಹಂಚಿಕೊಳ್ಳುವಿಕೆ, ರೋಗಕಾರಕಗಳ ವಿರುದ್ಧ ರಕ್ಷಣೆ ಮತ್ತು ಪರಿಸರಕ್ಕೆ ಹೊಂದಿಕೊಳ್ಳುವಿಕೆಯನ್ನು ಒಳಗೊಂಡಿರಬಹುದು.

- ಮೈಕ್ರೋಬಿಯಲ್ ವೈರ್ಸ್ ಮೂಲಕ ಸಂವಹನ: ಮರಗಳು ಮೈಕ್ರೋಬಿಯಲ್ ವೈರ್ಸ್ ಎಂಬ ಸೂಕ್ಷ್ಮಜೀವಿಗಳ ಮೂಲಕ ಸಂವಹನ ನಡೆಸುತ್ತವೆ. ಈ ವೈರಸ್‌ಗಳು ಮರಗಳ ನಡುವೆ ಜೈವಿಕ ಮಾಹಿತಿಯನ್ನು ರವಾನಿಸಲು ಸಹಾಯ ಮಾಡುತ್ತವೆ.

ಮರಗಳು ಒಂದಕ್ಕೊಂದು ಸಂವಹನ ನಡೆಸುವ ಮೂಲಕ, ಅವುಗಳು ಸಂಪನ್ಮೂಲಗಳನ್ನು ಹಂಚಿಕೊಳ್ಳಲು ಸಾಧ್ಯವಾಗುತ್ತದೆ. ಈ ಸಂಪನ್ಮೂಲಗಳು ನೀರು, ಪೋಷಕಾಂಶಗಳು, ರಕ್ಷಣೆ ಮತ್ತು ಮಾಹಿತಿಯನ್ನು ಒಳಗೊಂಡಿರಬಹುದು.

ನೀರು ಮತ್ತು ಪೋಷಕಾಂಶಗಳ ಹಂಚಿಕೊಳ್ಳುವಿಕೆ

ಮೈಕೊರೈಜಾ ಎಂಬ ಸೂಕ್ಷ್ಮಜೀವಿಗಳ ಮೂಲಕ, ಮರಗಳು ನೀರು ಮತ್ತು ಪೋಷಕಾಂಶಗಳನ್ನು ಪರಸ್ಪರ ಹಂಚಿಕೊಳ್ಳಬಹುದು. ಮೈಕೊರೈಜಾಗಳು ಬೇರುಗಳನ್ನು ಭೂಮಿಯ ಹೆಚ್ಚಿನ ಪ್ರದೇಶಕ್ಕೆ ತಲುಪಲು ಅನುವು ಮಾಡಿಕೊಡುತ್ತವೆ, ಇದು ನೀರು ಮತ್ತು ಪೋಷಕಾಂಶಗಳನ್ನು ಹೀರಿಕೊಳ್ಳುವ ಸಾಮರ್ಥ್ಯವನ್ನು ಹೆಚ್ಚಿಸುತ್ತದೆ. ಈ ಸಂಬಂಧವು ಬೇಸಿಗೆಯಲ್ಲಿ ಬರಗಾಲದ ಸಮಯದಲ್ಲಿ ವಿಶೇಷವಾಗಿ ಪ್ರಮುಖವಾಗಿದೆ.

ಕಾಡಿನ ಪರಿಸರ ವ್ಯವಸ್ಥೆಗಳನ್ನು ನಿರ್ವಹಿಸುವಲ್ಲಿ ಮಣ್ಣಿನ ಸೂಕ್ಷ್ಮಜೀವಿಗಳ ಪಾತ್ರ

ಕಾಡುಗಳು ನಮ್ಮ ಗ್ರಹದ ಮೇಲಿನ ಅತ್ಯಂತ ಸಂಕೀರ್ಣ ಮತ್ತು ವೈವಿಧ್ಯಮಯ ಪರಿಸರ ವ್ಯವಸ್ಥೆಗಳಲ್ಲಿ ಒಂದಾಗಿದೆ. ಅವುಗಳು ಭೂಮಿಯ ಮೇಲಿನ ಜೀವವೈವಿಧ್ಯತೆಯ ಹೆಚ್ಚಿನ ಭಾಗವನ್ನು ಹೊಂದಿದ್ದು, ಅವು ನಮ್ಮ ವಾತಾವರಣವನ್ನು ಶುದ್ಧಗೊಳಿಸುವುದು, ನೀರು ಮತ್ತು ಮಣ್ಣನ್ನು ಸಂರಕ್ಷಿಸುವುದು ಮತ್ತು ಹವಾಮಾನವನ್ನು ನಿಯಂತ್ರಿಸುವುದು ಸೇರಿದಂತೆ ಅನೇಕ ಪ್ರಮುಖ ಪಾತ್ರಗಳನ್ನು ವಹಿಸುತ್ತವೆ.

ಕಾಡಿನ ಪರಿಸರ ವ್ಯವಸ್ಥೆಗಳ ಆರೋಗ್ಯ ಮತ್ತು ಸ್ಥಿರತೆಯು ಮಣ್ಣಿನ ಸೂಕ್ಷ್ಮಜೀವಿಗಳ ಮೇಲೆ ಅವಲಂಬಿತವಾಗಿದೆ. ಮಣ್ಣಿನ ಸೂಕ್ಷ್ಮಜೀವಿಗಳು ಎಲ್ಲಾ ಜೀವಂತ ಜೀವಿಗಳಲ್ಲಿ ಅತ್ಯಂತ ವೈವಿಧ್ಯಮಯ ಮತ್ತು ಹೆಚ್ಚಿನ ಸಂಖ್ಯೆಯುಳ್ಳವುಗಳಾಗಿವೆ. ಅವುಗಳು ಮಣ್ಣಿನಲ್ಲಿರುವ ಪೋಷಕಾಂಶಗಳ ಪರಿಚಲನೆಯಲ್ಲಿ ಪ್ರಮುಖ ಪಾತ್ರ ವಹಿಸುತ್ತವೆ ಮತ್ತು ಕಾಡಿನ ಮರಗಳು ಮತ್ತು ಇತರ ಸಸ್ಯಗಳ ಬೆಳವಣಿಗೆ ಮತ್ತು ಆರೋಗ್ಯಕ್ಕೆ ಅಗತ್ಯವಾದ ಅಂಶಗಳನ್ನು ಒದಗಿಸುತ್ತವೆ.

ಮಣ್ಣಿನ ಸೂಕ್ಷ್ಮಜೀವಿಗಳು ಕಾಡಿನ ಪರಿಸರ ವ್ಯವಸ್ಥೆಗಳಲ್ಲಿ ವಹಿಸುವ ಕೆಲವು ಪ್ರಮುಖ ಪಾತ್ರಗಳು ಇಲ್ಲಿವೆ:

- ಪೋಷಕಾಂಶಗಳ ಪರಿಚಲನೆ: ಮಣ್ಣಿನ ಸೂಕ್ಷ್ಮಜೀವಿಗಳು ಸಸ್ಯಗಳಿಂದ ಸತ್ತಿರುವ ಸಸ್ಯವಸ್ತುಗಳನ್ನು ವಿಭಜಿಸುತ್ತವೆ ಮತ್ತು ಅವುಗಳನ್ನು ಪೋಷಕಾಂಶಗಳಾಗಿ ಪರಿವರ್ತಿಸುತ್ತವೆ. ಈ ಪೋಷಕಾಂಶಗಳು ನಂತರ ಮರಗಳು ಮತ್ತು ಇತರ ಸಸ್ಯಗಳು ಮತ್ತೆ ಬಳಸಬಹುದು.

- ನೀರಿನ ಶುದ್ಧೀಕರಣ: ಮಣ್ಣಿನ ಸೂಕ್ಷ್ಮಜೀವಿಗಳು ನೀರಿನಲ್ಲಿರುವ ವಿಷಕಾರಿ ಅಂಶಗಳನ್ನು ವಿಭಜಿಸುವ

ಮೂಲಕ ನೀರನ್ನು ಶುದ್ಧಗೊಳಿಸಲು ಸಹಾಯ ಮಾಡುತ್ತವೆ.

- ಮಣ್ಣಿನ ಗುಣಮಟ್ಟವನ್ನು ಸುಧಾರಿಸುವುದು: ಮಣ್ಣಿನ ಸೂಕ್ಷ್ಮಜೀವಿಗಳು ಮಣ್ಣಿನ ಗುಣಮಟ್ಟವನ್ನು ಸುಧಾರಿಸಲು ಸಹಾಯ ಮಾಡುತ್ತವೆ, ಅದನ್ನು ಹೆಚ್ಚು ಫಲವತ್ತಾದ ಮತ್ತು ಜೀವಂತವಾಗಿಸುತ್ತವೆ.

ಕಾಡಿನ ಪರಿಸರ ವ್ಯವಸ್ಥೆಗಳಲ್ಲಿ ಮಣ್ಣಿನ ಸೂಕ್ಷ್ಮಜೀವಿಗಳ ಪಾತ್ರವನ್ನು ಅರ್ಥಮಾಡಿಕೊಳ್ಳುವುದು ಅವುಗಳನ್ನು ರಕ್ಷಿಸುವ ಮತ್ತು ಕಾಪಾಡಿಕೊಳ್ಳುವಲ್ಲಿ ಮುಖ್ಯವಾಗಿದೆ. ಕಾಡುಗಳನ್ನು ನಾಶಪಡಿಸುವುದು ಅಥವಾ ಮಣ್ಣಿನ ಮಾಲಿನ್ಯವು ಮಣ್ಣಿನ ಸೂಕ್ಷ್ಮಜೀವಿಗಳಿಗೆ ಹಾನಿಯನ್ನುಂಟುಮಾಡುತ್ತದೆ ಮತ್ತು ಕಾಡಿನ ಆರೋಗ್ಯ ಮತ್ತು ಸ್ಥಿರತೆಯನ್ನು ಅಪಾಯಕ್ಕೆ ತಳ್ಳುತ್ತದೆ.

ಮಣ್ಣಿನ ಸೂಕ್ಷ್ಮಜೀವಿಗಳಿಗೆ ಸಹಾಯ ಮಾಡಲು ನೀವು ಮಾಡಬಹುದಾದ ಕೆಲವು ವಿಷಯಗಳು ಇಲ್ಲಿವೆ:

- ಕಾಡುಗಳನ್ನು ರಕ್ಷಿಸಿ ಮತ್ತು ಕಾಪಾಡಿ.
- ಮಣ್ಣಿನ ಮಾಲಿನ್ಯವನ್ನು ತಡೆಗಟ್ಟಿ.
- ಮಣ್ಣಿನ ಸೂಕ್ಷ್ಮಜೀವಿಗಳಿಗೆ ಪೋಷಕಾಂಶಗಳನ್ನು ಒದಗಿಸಲು ಸಹಾಯ ಮಾಡುವ

Chapter 3: Guardians of the Canopy
ಅಧ್ಯಾಯ 3: ಗಿಡಗಂಟಿಗಳ ರಕ್ಷಕರು

ಮರದ ತುದಿಗಳನ್ನು ಏರಿ, ಗಿಡಗಂಟಿಗಳ ಜೀವನದ ಗುಪ್ತ ಪ್ರಪಂಚವನ್ನು ಕಂಡುಹಿಡಿಯಿರಿ

ಮರಗಳು ನಮ್ಮ ಗ್ರಹದ ಮೇಲಿನ ಅತ್ಯಂತ ಅದ್ಭುತ ಸಸ್ಯಗಳಲ್ಲಿ ಒಂದಾಗಿದೆ. ಅವುಗಳು ನಮ್ಮ ವಾತಾವರಣವನ್ನು ಶುದ್ಧಗೊಳಿಸುವುದು, ಜೀವವೈವಿಧ್ಯತೆಯನ್ನು ಹೆಚ್ಚಿಸುವುದು ಮತ್ತು ಭೂಮಿಯ ಮೇಲೆ ಜೀವನಕ್ಕೆ ಅಗತ್ಯವಾದ ಸಂಪನ್ಮೂಲಗಳನ್ನು ಒದಗಿಸುವುದು ಸೇರಿದಂತೆ ಅನೇಕ ಪ್ರಮುಖ ಪಾತ್ರಗಳನ್ನು ವಹಿಸುತ್ತವೆ.

ಮರಗಳ ತುದಿಗಳು ಗಿಡಗಂಟಿಗಳ ಜೀವನದ ಗುಪ್ತ ಪ್ರಪಂಚವಾಗಿದೆ. ಈ ಗುಪ್ತ ಪ್ರಪಂಚವು ತುಂಬಾ ವೈವಿಧ್ಯಮಯ ಮತ್ತು ಆಕರ್ಷಕವಾಗಿದೆ. ಇದು ಸೂಕ್ಷ್ಮಜೀವಿಗಳಿಂದ ಹಿಡಿದು ದೊಡ್ಡ ಪ್ರಾಣಿಗಳವರೆಗೆ ವಿವಿಧ ರೀತಿಯ ಜೀವಿಗಳನ್ನು ಆಶ್ರಯಿಸುತ್ತದೆ.

ಗಿಡಗಂಟಿಗಳ ಜೀವನದ ಗುಪ್ತ ಪ್ರಪಂಚದಲ್ಲಿ ಕೆಲವು ಆಸಕ್ತಿದಾಯಕ ಅಂಶಗಳು ಇಲ್ಲಿವೆ:

- ಸೂಕ್ಷ್ಮಜೀವಿಗಳು: ಮರದ ತುದಿಗಳಲ್ಲಿ ಸಾವಿರಾರು ವಿಧದ ಸೂಕ್ಷ್ಮಜೀವಿಗಳು ವಾಸಿಸುತ್ತವೆ. ಈ ಸೂಕ್ಷ್ಮಜೀವಿಗಳು ಮರಗಳ ಆರೋಗ್ಯ ಮತ್ತು ಬೆಳವಣಿಗೆಗೆ ಅಗತ್ಯವಾದ ಪೋಷಕಾಂಶಗಳನ್ನು ಒದಗಿಸಲು ಸಹಾಯ ಮಾಡುತ್ತವೆ.
- ಕೀಟಗಳು: ಮರದ ತುದಿಗಳು ಕೀಟಗಳಿಗೆ ಒಂದು ಪ್ರಮುಖ ಆವಾಸಸ್ಥಾನವಾಗಿದೆ. ಈ ಕೀಟಗಳು ಮರಗಳ

ಸಸ್ಯವಸ್ತುಗಳನ್ನು ತಿನ್ನುತ್ತವೆ ಮತ್ತು ಅವುಗಳ ಬೀಜಗಳನ್ನು ಹರಡಲು ಸಹಾಯ ಮಾಡುತ್ತವೆ.

- ಪಕ್ಷಿಗಳು: ಮರದ ತುದಿಗಳು ಪಕ್ಷಿಗಳಿಗೆ ಗೂಡು ಕಟ್ಟಲು ಮತ್ತು ಮರಿಗಳನ್ನು ಪೋಷಿಸಲು ಒಂದು ಉತ್ತಮ ಸ್ಥಳವಾಗಿದೆ.

- ಸಸ್ಯಗಳು: ಮರದ ತುದಿಗಳಲ್ಲಿ ಹಲವಾರು ವಿಧದ ಸಸ್ಯಗಳು ಬೆಳೆಯುತ್ತವೆ. ಈ ಸಸ್ಯಗಳು ಮರಗಳಿಂದ ಸೂರ್ಯನ ಬೆಳಕು ಮತ್ತು ನೀರನ್ನು ಪಡೆಯುತ್ತವೆ.

ಗಿಡಗಂಟಿಗಳ ಜೀವನದ ಗುಪ್ತ ಪ್ರಪಂಚವನ್ನು ಅನ್ವೇಷಿಸಲು ಕೆಲವು ಮಾರ್ಗಗಳು ಇಲ್ಲಿವೆ:

- ಮರದ ಮೇಲೆ ಹತ್ತಿ: ಮರದ ತುದಿಗಳನ್ನು ಹತ್ತುವ ಮೂಲಕ ನೀವು ಈ ಗುಪ್ತ ಪ್ರಪಂಚವನ್ನು ನೇರವಾಗಿ ಅನುಭವಿಸಬಹುದು.

- ದೂರದರ್ಶಕವನ್ನು ಬಳಸಿ: ದೂರದರ್ಶಕವನ್ನು ಬಳಸುವ ಮೂಲಕ ನೀವು ಮರದ ತುದಿಗಳಲ್ಲಿ ವಾಸಿಸುವ ಜೀವಿಗಳನ್ನು ಹತ್ತಿರದಿಂದ ನೋಡಬಹುದು.

- ಛಾಯಾಚಿತ್ರಗಳನ್ನು ತೆಗೆಯಿರಿ: ಛಾಯಾಚಿತ್ರಗಳನ್ನು ತೆಗೆದುಕೊಳ್ಳುವ ಮೂಲಕ ನೀವು ನಿಮ್ಮ ಅನುಭವವನ್ನು ದಾಖಲಿಸಬಹುದು ಮತ್ತು ಇತರರೊಂದಿಗೆ ಹಂಚಿಕೊಳ್ಳಬಹುದು.

ಗಿಡಗಂಟಿಗಳ ಜೀವನದ ಗುಪ್ತ ಪ್ರಪಂಚವು ನಮ್ಮ ಗ್ರಹದ ಅದ್ಭುತಗಳಲ್ಲಿ ಒಂದಾಗಿದೆ.

ಪರಾಗಸ್ಪರ್ಶ, ಬೀಜ ಚದುರಿಕೆ ಮತ್ತು ಪರಭಕ್ಷಕ-ಭಕ್ಷ್ಯ ಸಂಬಂಧಗಳನ್ನು ಒಳಗೊಂಡಂತೆ ಗಿಡಗಂಟಿಗಳು ಮತ್ತು ಪ್ರಾಣಿಗಳು ಗಿಡಗಂಟಿಗಳಲ್ಲಿ ಬದುಕಲು ಹೊಂದಿಕೊಳ್ಳುವಿಕೆಯನ್ನು ಚರ್ಚಿಸಿ

ಗಿಡಗಂಟಿಗಳು ನಮ್ಮ ಗ್ರಹದ ಮೇಲಿನ ಅತ್ಯಂತ ವೈವಿಧ್ಯಮಯ ಮತ್ತು ಆಕರ್ಷಕ ಪರಿಸರ ವ್ಯವಸ್ಥೆಗಳಲ್ಲಿ ಒಂದಾಗಿದೆ. ಅವುಗಳು ವಿವಿಧ ರೀತಿಯ ಜೀವಿಗಳನ್ನು ಆಶ್ರಯಿಸುತ್ತವೆ, ಅವುಗಳಲ್ಲಿ ಸೂಕ್ಷ್ಮಜೀವಿಗಳು, ಕೀಟಗಳು, ಪಕ್ಷಿಗಳು ಮತ್ತು ಸಸ್ಯಗಳು ಸೇರಿವೆ.

ಗಿಡಗಂಟಿಗಳಲ್ಲಿ ವಾಸಿಸುವ ಜೀವಿಗಳು ಈ ಪರಿಸರ ವ್ಯವಸ್ಥೆಯಲ್ಲಿ ಯಶಸ್ವಿಯಾಗಲು ಹಲವಾರು ವಿಧಗಳಲ್ಲಿ ಹೊಂದಿಕೊಳ್ಳಬೇಕಾಗುತ್ತದೆ. ಈ ಹೊಂದಿಕೊಳ್ಳುವಿಕೆಗಳು ಪರಾಗಸ್ಪರ್ಶ, ಬೀಜ ಚದುರಿಕೆ ಮತ್ತು ಪರಭಕ್ಷಕ-ಭಕ್ಷ್ಯ ಸಂಬಂಧಗಳನ್ನು ಒಳಗೊಂಡಿರುತ್ತವೆ.

ಪರಾಗಸ್ಪರ್ಶ

ಗಿಡಗಂಟಿಗಳು ಪರಾಗಸ್ಪರ್ಶಕ್ಕೆ ಅವಲಂಬಿತವಾಗಿವೆ. ಪರಾಗಸ್ಪರ್ಶವು ಸಸ್ಯಗಳಿಂದ ಬೀಜಗಳನ್ನು ರಚಿಸಲು ಅಗತ್ಯವಾದ ಪ್ರಕ್ರಿಯೆಯಾಗಿದೆ. ಗಿಡಗಂಟಿಗಳಲ್ಲಿ ವಾಸಿಸುವ ಕೆಲವು ಪ್ರಾಣಿಗಳು ಪರಾಗಸ್ಪರ್ಶಕ್ಕೆ ಸಹಾಯ ಮಾಡುತ್ತವೆ.

ಉದಾಹರಣೆಗೆ, ಚಿಟ್ಟೆಗಳು, ಹೂವುಗಳು ಮತ್ತು ಗಿಡಗಂಟಿಗಳ ನಡುವೆ ಪರಾಗಸ್ಪರ್ಶವನ್ನು ಸಹಾಯ ಮಾಡುತ್ತದೆ. ಚಿಟ್ಟೆಗಳು ಹೂವುಗಳಿಂದ ಮಕರಂದವನ್ನು ತಿನ್ನುತ್ತವೆ. ಆದಾಗ್ಯೂ, ಅವು ಹೂವುಗಳಿಂದ ಹಾದುಹೋಗುವಾಗ, ಅವುಗಳ ದೇಹದ ಮೇಲೆ ಪರಾಗವನ್ನು ಹೊತ್ತೊಯ್ಯುತ್ತವೆ. ನಂತರ, ಚಿಟ್ಟೆಗಳು ಇನ್ನೊಂದು ಹೂವಿಗೆ ಹೋದಾಗ, ಅವು ಪರಾಗವನ್ನು ಹೂವಿನ

ಕೀಲಿಯ ಮೇಲೆ ಇಳಿಸುತ್ತವೆ. ಇದು ಸಂತಾನೋತ್ಪತ್ತಿಗೆ ಕಾರಣವಾಗುತ್ತದೆ.

ಇತರ ಪ್ರಾಣಿಗಳು ಸಹ ಪರಾಗಸ್ಪರ್ಶಕ್ಕೆ ಸಹಾಯ ಮಾಡುತ್ತವೆ. ಉದಾಹರಣೆಗೆ, ಹಕ್ಕಿಗಳು, ಚೇಳುಗಳು ಮತ್ತು ಇತರ ಕೀಟಗಳು ಪರಾಗವನ್ನು ಹೊತ್ತೊಯ್ಯಬಹುದು.

ಬೀಜ ಚದುರಿಕೆ

ಗಿಡಗಂಟಿಗಳು ಬೀಜಗಳನ್ನು ಹರಡಲು ಪ್ರಾಣಿಗಳ ಮೇಲೆ ಅವಲಂಬಿತವಾಗಿವೆ. ಬೀಜ ಚದುರುಕುವಿಕೆಯು ಗಿಡಗಂಟಿಗಳಿಗೆ ಹೊಸ ಪ್ರದೇಶಗಳಲ್ಲಿ ಬೆಳೆಯಲು ಅನುವು ಮಾಡಿಕೊಡುತ್ತದೆ.

ಕೆಲವು ಪ್ರಾಣಿಗಳು ಬೀಜಗಳನ್ನು ತಿನ್ನುತ್ತವೆ. ಆದಾಗ್ಯೂ, ಅವು ಬೀಜಗಳನ್ನು ಪಚನಿಸುವ ಮೊದಲು ಅವುಗಳನ್ನು ಹೊರಹಾಕುತ್ತವೆ. ಇದು ಬೀಜಗಳನ್ನು ಹೊಸ ಪ್ರದೇಶಗಳಲ್ಲಿ ಹರಡಲು ಸಹಾಯ ಮಾಡುತ್ತದೆ.

ಇತರ ಪ್ರಾಣಿಗಳು ಬೀಜಗಳನ್ನು ಅವುಗಳ ಉಡುಪು ಅಥವಾ ಚರ್ಮದ ಮೇಲೆ ಅಂಟಿಸಿಕೊಳ್ಳುತ್ತವೆ. ನಂತರ, ಅವರು ಬೀಜಗಳನ್ನು ಹೊಸ ಪ್ರದೇಶಗಳಿಗೆ ಹಾದುಹೋಗುವಾಗ ಹರಡುತ್ತಾರೆ.

ಕಾಡಿನಲ್ಲಿ ತಾಪಮಾನ, ಆರ್ದ್ರತೆ ಮತ್ತು ಬೆಳಕನ್ನು ನಿಯಂತ್ರಿಸುವಲ್ಲಿ ಗಿಡಗಂಟಿಗಳ ಪಾತ್ರ

ಕಾಡುಗಳು ನಮ್ಮ ಗ್ರಹದ ಮೇಲಿನ ಅತ್ಯಂತ ಸಂಕೀರ್ಣ ಮತ್ತು ವೈವಿಧ್ಯಮಯ ಪರಿಸರ ವ್ಯವಸ್ಥೆಗಳಲ್ಲಿ ಒಂದಾಗಿದೆ. ಅವುಗಳು ಭೂಮಿಯ ಮೇಲಿನ ಜೀವವೈವಿಧ್ಯತೆಯ ಹೆಚ್ಚಿನ ಭಾಗವನ್ನು ಹೊಂದಿದ್ದು, ಅವು ನಮ್ಮ ವಾತಾವರಣವನ್ನು ಶುದ್ಧಗೊಳಿಸುವುದು, ನೀರು ಮತ್ತು ಮಣ್ಣನ್ನು ಸಂರಕ್ಷಿಸುವುದು ಮತ್ತು ಹವಾಮಾನವನ್ನು ನಿಯಂತ್ರಿಸುವುದು ಸೇರಿದಂತೆ ಅನೇಕ ಪ್ರಮುಖ ಪಾತ್ರಗಳನ್ನು ವಹಿಸುತ್ತವೆ.

ಗಿಡಗಂಟಿಗಳು ಕಾಡುಗಳಲ್ಲಿ ಪ್ರಮುಖ ಪಾತ್ರವನ್ನು ವಹಿಸುತ್ತವೆ. ಅವುಗಳು ತಾಪಮಾನ, ಆರ್ದ್ರತೆ ಮತ್ತು ಬೆಳಕನ್ನು ನಿಯಂತ್ರಿಸುವಲ್ಲಿ ಸಹಾಯ ಮಾಡುತ್ತವೆ.

ತಾಪಮಾನ ನಿಯಂತ್ರಣ

ಗಿಡಗಂಟಿಗಳು ಕಾಡುಗಳಲ್ಲಿ ತಾಪಮಾನವನ್ನು ನಿಯಂತ್ರಿಸಲು ಸಹಾಯ ಮಾಡುತ್ತವೆ. ಅವುಗಳು ಸೂರ್ಯನ ಬೆಳಕನ್ನು ತಡೆಯುವ ಮೂಲಕ ಕಾಡನ್ನು ತಂಪಾಗಿರಿಸುತ್ತವೆ. ಗಿಡಗಂಟಿಗಳು ವಾತಾವರಣದಿಂದ ಆರ್ದ್ರತೆಯನ್ನು ಹೀರಿಕೊಳ್ಳುತ್ತವೆ ಮತ್ತು ಅದನ್ನು ಕಾಡಿಗೆ ಬಿಡುಗಡೆ ಮಾಡುತ್ತವೆ. ಇದು ಕಾಡನ್ನು ತಂಪಾಗಿರಿಸಲು ಸಹಾಯ ಮಾಡುತ್ತದೆ.

ಆರ್ದ್ರತೆ ನಿಯಂತ್ರಣ

ಗಿಡಗಂಟಿಗಳು ಕಾಡುಗಳಲ್ಲಿ ಆರ್ದ್ರತೆಯನ್ನು ನಿಯಂತ್ರಿಸಲು ಸಹಾಯ ಮಾಡುತ್ತವೆ. ಅವುಗಳು ವಾತಾವರಣದಿಂದ ಆರ್ದ್ರತೆಯನ್ನು ಹೀರಿಕೊಳ್ಳುತ್ತವೆ ಮತ್ತು ಅದನ್ನು ಕಾಡಿಗೆ

ಬಿಡುಗಡೆ ಮಾಡುತ್ತವೆ. ಇದು ಕಾಡನ್ನು ಹೆಚ್ಚು ಆರ್ದ್ರವಾಗಿರಿಸಲು ಸಹಾಯ ಮಾಡುತ್ತದೆ. ಆರ್ದ್ರತೆಯು ಕಾಡಿನಲ್ಲಿರುವ ಸಸ್ಯಗಳು ಮತ್ತು ಪ್ರಾಣಿಗಳ ಬೆಳವಣಿಗೆಗೆ ಅಗತ್ಯವಾಗಿದೆ.

ಬೆಳಕು ನಿಯಂತ್ರಣ

ಗಿಡಗಂಟಿಗಳು ಕಾಡುಗಳಲ್ಲಿ ಬೆಳಕನ್ನು ನಿಯಂತ್ರಿಸಲು ಸಹಾಯ ಮಾಡುತ್ತವೆ. ಅವುಗಳು ಸೂರ್ಯನ ಬೆಳಕನ್ನು ತಡೆಯುವ ಮೂಲಕ ಕಾಡಿನಲ್ಲಿನ ಬೆಳಕಿನ ಪ್ರಮಾಣವನ್ನು ಕಡಿಮೆ ಮಾಡುತ್ತವೆ. ಇದು ಕಾಡಿನಲ್ಲಿರುವ ಸಸ್ಯಗಳು ಮತ್ತು ಪ್ರಾಣಿಗಳಿಗೆ ಹೆಚ್ಚು ಆರಾಮದಾಯಕ ಪರಿಸರವನ್ನು ಒದಗಿಸುತ್ತದೆ.

ಗಿಡಗಂಟಿಗಳ ಪಾತ್ರದ ಪ್ರಾಮುಖ್ಯತೆ

ಗಿಡಗಂಟಿಗಳು ಕಾಡುಗಳಿಗೆ ಅತ್ಯಗತ್ಯವಾಗಿವೆ. ಅವುಗಳು ತಾಪಮಾನ, ಆರ್ದ್ರತೆ ಮತ್ತು ಬೆಳಕನ್ನು ನಿಯಂತ್ರಿಸುವ ಮೂಲಕ ಕಾಡುಗಳ ಆರೋಗ್ಯ ಮತ್ತು ಸ್ಥಿರತೆಯನ್ನು ಕಾಪಾಡಿಕೊಳ್ಳಲು ಸಹಾಯ ಮಾಡುತ್ತವೆ.

ಗಿಡಗಂಟಿಗಳ ಸಂಖ್ಯೆಯು ಕಡಿಮೆಯಾದರೆ, ಇದು ಕಾಡುಗಳ ಆರೋಗ್ಯ ಮತ್ತು ಸ್ಥಿರತೆಗೆ ಅಪಾಯವನ್ನುಂಟುಮಾಡುತ್ತದೆ. ಗಿಡಗಂಟಿಗಳನ್ನು ರಕ್ಷಿಸುವುದು ಕಾಡುಗಳ ಆರೋಗ್ಯ ಮತ್ತು ಸ್ಥಿರತೆಯನ್ನು ಕಾಪಾಡಿಕೊಳ್ಳಲು ಸಹಾಯ ಮಾಡುತ್ತದೆ.

Chapter 4: The Language of Leaves
ಅಧ್ಯಾಯ 4: ಎಲೆಗಳ ಭಾಷೆ

ಮರಗಳ ಎಲೆಗಳಲ್ಲಿ ಅಡಗಿರುವ ರಹಸ್ಯಗಳನ್ನು ಬಿಡಿಸಿ, ಅವುಗಳ ಆಕಾರಗಳು ಮತ್ತು ಗಾತ್ರಗಳಿಂದ ಹಿಡಿದು ಅವುಗಳ ಬಣ್ಣಗಳು ಮತ್ತು ರಾಸಾಯನಿಕ ಸಹಿಗಳವರೆಗೆ

ಮರಗಳು ನಮ್ಮ ಗ್ರಹದ ಮೇಲಿನ ಅತ್ಯಂತ ಪ್ರಮುಖ ಸಸ್ಯಗಳಲ್ಲಿ ಒಂದಾಗಿದೆ. ಅವುಗಳು ಭೂಮಿಯ ಮೇಲಿನ ಜೀವವೈವಿಧ್ಯತೆಯ ಹೆಚ್ಚಿನ ಭಾಗವನ್ನು ಹೊಂದಿದ್ದು, ಅವು ನಮ್ಮ ವಾತಾವರಣವನ್ನು ಶುದ್ಧಗೊಳಿಸುವುದು, ನೀರು ಮತ್ತು ಮಣ್ಣನ್ನು ಸಂರಕ್ಷಿಸುವುದು ಮತ್ತು ಹವಾಮಾನವನ್ನು ನಿಯಂತ್ರಿಸುವುದು ಸೇರಿದಂತೆ ಅನೇಕ ಪ್ರಮುಖ ಪಾತ್ರಗಳನ್ನು ವಹಿಸುತ್ತವೆ.

ಮರಗಳ ಎಲೆಗಳು ಅವುಗಳ ಆರೋಗ್ಯ ಮತ್ತು ಸ್ಥಿರತೆಯಲ್ಲಿ ಪ್ರಮುಖ ಪಾತ್ರ ವಹಿಸುತ್ತವೆ. ಅವುಗಳು ಸಸ್ಯಗಳಿಗೆ ಸೂರ್ಯನ ಬೆಳಕನ್ನು ಹೀರಿಕೊಳ್ಳಲು ಮತ್ತು ಆಹಾರವನ್ನು ತಯಾರಿಸಲು ಅನುವು ಮಾಡಿಕೊಡುತ್ತವೆ. ಅವುಗಳು ಆಮ್ಲಜನಕವನ್ನು ಬಿಡುಗಡೆ ಮಾಡುತ್ತವೆ ಮತ್ತು ಕಾರ್ಬನ್ ಡೈಆಕ್ಸೈಡ್ ಅನ್ನು ಹೀರಿಕೊಳ್ಳುತ್ತವೆ. ಅವುಗಳು ಮರಗಳಿಗೆ ನೀರನ್ನು ಹೀರಿಕೊಳ್ಳಲು ಮತ್ತು ಪೋಷಕಾಂಶಗಳನ್ನು ಒದಗಿಸಲು ಸಹಾಯ ಮಾಡುತ್ತವೆ.

ಮರಗಳ ಎಲೆಗಳು ಅವುಗಳ ಆಕಾರಗಳು ಮತ್ತು ಗಾತ್ರಗಳಲ್ಲಿ ಬಹಳ ವೈವಿಧ್ಯಮಯವಾಗಿವೆ. ಕೆಲವು ಎಲೆಗಳು ಸಣ್ಣ ಮತ್ತು ಸುಲಭವಾಗಿ ಹೋಗುತ್ತವೆ, ಇತರವುಗಳು ದೊಡ್ಡ ಮತ್ತು ಸಂಕೀರ್ಣವಾಗಿವೆ. ಎಲೆಗಳ ಆಕಾರ ಮತ್ತು ಗಾತ್ರವು ಸಸ್ಯದ ರೀತಿಯನ್ನು ಅವಲಂಬಿಸಿರುತ್ತದೆ ಮತ್ತು ಅದು ಹೆಚ್ಚು

ಸೂರ್ಯನ ಬೆಳಕನ್ನು ಪಡೆಯಲು ಬಯಸುತ್ತದೆಯೇ ಎಂಬುದರ ಮೇಲೆ ಅವಲಂಬಿತವಾಗಿರುತ್ತದೆ.

ಮರಗಳ ಎಲೆಗಳು ವಿವಿಧ ಬಣ್ಣಗಳಲ್ಲಿ ಬರುತ್ತವೆ. ಹಸಿರು ಎಲೆಗಳು ಸಾಮಾನ್ಯವಾಗಿ ಸಸ್ಯಗಳಲ್ಲಿ ಕಂಡುಬರುತ್ತವೆ, ಆದರೆ ಅವು ಬೂದು, ಬಿಳಿ, ನೀಲಿ, ಕೆಂಪು ಅಥವಾ ಹಳದಿ ಬಣ್ಣದಲ್ಲಿಯೂ ಬರಬಹುದು. ಎಲೆಗಳ ಬಣ್ಣವು ಸಸ್ಯದ ರೀತಿಯನ್ನು ಅವಲಂಬಿಸಿರುತ್ತದೆ ಮತ್ತು ಅದು ಉಷ್ಣತೆ, ಆರ್ದ್ರತೆ ಮತ್ತು ಇತರ ಪರಿಸರ ಅಂಶಗಳಂತಹ ಪರಿಸರ ಪರಿಸ್ಥಿತಿಗಳಿಗೆ ಹೇಗೆ ಹೊಂದಿಕೊಳ್ಳುತ್ತದೆ ಎಂಬುದರ ಮೇಲೆ ಅವಲಂಬಿತವಾಗಿರುತ್ತದೆ.

ಮರಗಳ ಎಲೆಗಳು ವಿವಿಧ ರಾಸಾಯನಿಕ ಸಂಯುಕ್ತಗಳನ್ನು ಹೊಂದಿರುತ್ತವೆ. ಈ ಸಂಯುಕ್ತಗಳು ಸಸ್ಯಗಳಿಗೆ ಹಲವಾರು ಪ್ರಯೋಜನಗಳನ್ನು ನೀಡುತ್ತವೆ. ಉದಾಹರಣೆಗೆ, ಅವು ಸಸ್ಯಗಳನ್ನು ರೋಗ ಮತ್ತು ಕೀಟಗಳಿಂದ ರಕ್ಷಿಸಲು ಸಹಾಯ ಮಾಡುತ್ತವೆ. ಅವು ಸಸ್ಯಗಳಿಗೆ ನೀರನ್ನು ಹೀರಿಕೊಳ್ಳಲು ಮತ್ತು ಪೋಷಕಾಂಶಗಳನ್ನು ಒದಗಿಸಲು ಸಹಾಯ ಮಾಡುತ್ತವೆ.

ಮರಗಳ ಎಲೆಗಳು ಜೀವವೈವಿಧ್ಯತೆಗೆ ಪ್ರಮುಖ ಪಾತ್ರ ವಹಿಸುತ್ತವೆ. ಅವುಗಳು ಪಕ್ಷಿಗಳು, ಜೇನುನೊಣಗಳು ಮತ್ತು ಇತರ ಪ್ರಾಣಿಗಳಿಗೆ ಆಹಾರ ಮತ್ತು ಆಶ್ರಯವನ್ನು ಒದಗಿಸುತ್ತವೆ. ಅವುಗಳು ನಮ್ಮ ಗೃಹದ ವಾತಾವರಣವನ್ನು ಶುದ್ಧಗೊಳಿಸಲು ಸಹಾಯ ಮಾಡುತ್ತವೆ.

ಎಲೆಗಳು ಒಂದಕ್ಕೊಂದು ಮತ್ತು ಪರಿಸರದೊಂದಿಗೆ ಹೇಗೆ ಸಂವಹನ ನಡೆಸುತ್ತವೆ, ಬೆಳಕು, ನೀರು ಮತ್ತು ಪೋಷಕಾಂಶಗಳ ಚಕ್ರಗಳ ಮೇಲೆ ಪ್ರಭಾವ ಬೀರುತ್ತವೆ ಎಂಬುದನ್ನು ವಿವರಿಸಿ

ಎಲೆಗಳು ಸಸ್ಯಗಳ ಪ್ರಮುಖ ಭಾಗಗಳಾಗಿವೆ. ಅವುಗಳು ಸಸ್ಯಗಳಿಗೆ ಆಹಾರವನ್ನು ತಯಾರಿಸಲು, ಆಮ್ಲಜನಕವನ್ನು ಬಿಡುಗಡೆ ಮಾಡಲು ಮತ್ತು ಕಾರ್ಬನ್ ಡೈಆಕ್ಸೈಡ್ ಅನ್ನು ಹೀರಿಕೊಳ್ಳಲು ಅನುವು ಮಾಡಿಕೊಡುತ್ತವೆ. ಎಲೆಗಳು ಒಂದಕ್ಕೊಂದು ಮತ್ತು ಪರಿಸರದೊಂದಿಗೆ ಹಲವಾರು ರೀತಿಯಲ್ಲಿ ಸಂವಹನ ನಡೆಸುತ್ತವೆ.

ಎಲೆಗಳು ಒಂದಕ್ಕೊಂದು ಸಂವಹನ ನಡೆಸುತ್ತವೆ

ಎಲೆಗಳು ಪೊರೆಯ ಮೂಲಕ ಒಂದಕ್ಕೊಂದು ಸಂವಹನ ನಡೆಸುತ್ತವೆ. ಈ ಪೊರೆಗಳು ಸಸ್ಯದ ಜೀವಕೋಶಗಳನ್ನು ಸುತ್ತುವರೆದಿವೆ ಮತ್ತು ಅವುಗಳ ನಡುವೆ ವಸ್ತುಗಳನ್ನು ಹರಡಲು ಅನುವು ಮಾಡಿಕೊಡುತ್ತವೆ. ಎಲೆಗಳು ಒಂದಕ್ಕೊಂದು ಸಂವಹನ ನಡೆಸುವ ಮೂಲಕ, ಅವುಗಳು ಪರಿಸರದ ಬದಲಾವಣೆಗಳ ಬಗ್ಗೆ ಮಾಹಿತಿಯನ್ನು ಪರಸ್ಪರ ಹಂಚಿಕೊಳ್ಳಬಹುದು.

ಉದಾಹರಣೆಗೆ, ಒಂದು ಎಲೆಗೆ ಹಾನಿ ಉಂಟಾದರೆ, ಅದು ಇತರ ಎಲೆಗಳಿಗೆ ಎಚ್ಚರಿಕೆಯ ಸಂಕೇತವನ್ನು ಕಳುಹಿಸಬಹುದು. ಇದು ಇತರ ಎಲೆಗಳಿಗೆ ಹಾನಿಯನ್ನು ತಪ್ಪಿಸಲು ಅನುವು ಮಾಡಿಕೊಡುತ್ತದೆ.

ಎಲೆಗಳು ಪರಿಸರದೊಂದಿಗೆ ಸಂವಹನ ನಡೆಸುತ್ತವೆ

ಎಲೆಗಳು ಪರಿಸರದೊಂದಿಗೆ ಹಲವಾರು ರೀತಿಯಲ್ಲಿ ಸಂವಹನ ನಡೆಸುತ್ತವೆ. ಉದಾಹರಣೆಗೆ, ಅವುಗಳು ಸೂರ್ಯನ ಬೆಳಕನ್ನು

ಹೀರಿಕೊಳ್ಳುತ್ತವೆ ಮತ್ತು ಆಹಾರವನ್ನು ತಯಾರಿಸುತ್ತವೆ. ಅವುಗಳು ನೀರನ್ನು ಹೀರಿಕೊಳ್ಳುತ್ತವೆ ಮತ್ತು ಆವಿಯಾಗಿಸುತ್ತವೆ. ಅವುಗಳು ಪರಾಗಸ್ಪರ್ಶ ಮತ್ತು ಬೀಜ ಚದುರುವಿಕೆಯಲ್ಲಿ ಸಹಾಯ ಮಾಡುತ್ತವೆ.

ಎಲೆಗಳು ಬೆಳಕು, ನೀರು ಮತ್ತು ಪೋಷಕಾಂಶಗಳ ಚಕ್ರಗಳ ಮೇಲೆ ಪ್ರಭಾವ ಬೀರುತ್ತವೆ

ಎಲೆಗಳು ಬೆಳಕು, ನೀರು ಮತ್ತು ಪೋಷಕಾಂಶಗಳ ಚಕ್ರಗಳ ಮೇಲೆ ಪ್ರಭಾವ ಬೀರುತ್ತವೆ. ಉದಾಹರಣೆಗೆ, ಎಲೆಗಳು ಸೂರ್ಯನ ಬೆಳಕನ್ನು ಹೀರಿಕೊಳ್ಳುವ ಮೂಲಕ ಭೂಮಿಯ ವಾತಾವರಣದಲ್ಲಿನ ಕಾರ್ಬನ್ ಡೈಆಕ್ಸೈಡ್ ಅನ್ನು ತೆಗೆದುಹಾಕುತ್ತವೆ ಮತ್ತು ಆಮ್ಲಜನಕವನ್ನು ಬಿಡುಗಡೆ ಮಾಡುತ್ತವೆ. ಎಲೆಗಳು ನೀರನ್ನು ಹೀರಿಕೊಳ್ಳುವ ಮೂಲಕ ಭೂಮಿಯ ನೀರಿನ ಚಕ್ರವನ್ನು ನಿರ್ವಹಿಸಲು ಸಹಾಯ ಮಾಡುತ್ತವೆ. ಎಲೆಗಳು ಪೋಷಕಾಂಶಗಳನ್ನು ಸಸ್ಯಗಳಿಗೆ ಒದಗಿಸುತ್ತವೆ, ಇದು ಜೀವವೈವಿಧ್ಯತೆಯನ್ನು ಬೆಂಬಲಿಸಲು ಸಹಾಯ ಮಾಡುತ್ತದೆ.

ಸಸ್ಯಹಾರ ಮತ್ತು ಕಾಡಿನ ರಕ್ಷಣಾ ಕಾರ್ಯವಿಧಾನಗಳಲ್ಲಿ ಎಲೆಗಳ ಪಾತ್ರ

ಸಸ್ಯಹಾರ ಮತ್ತು ಕಾಡಿನ ರಕ್ಷಣಾ ಕಾರ್ಯವಿಧಾನಗಳಲ್ಲಿ ಎಲೆಗಳು ಪ್ರಮುಖ ಪಾತ್ರ ವಹಿಸುತ್ತವೆ. ಅವುಗಳು ಸಸ್ಯಗಳಿಗೆ ಆಹಾರವನ್ನು ತಯಾರಿಸಲು, ಆಮ್ಲಜನಕವನ್ನು ಬಿಡುಗಡೆ ಮಾಡಲು ಮತ್ತು ಕಾರ್ಬನ್ ಡೈಆಕ್ಸೈಡ್ ಅನ್ನು ಹೀರಿಕೊಳ್ಳಲು ಅನುವು ಮಾಡಿಕೊಡುತ್ತವೆ. ಅವುಗಳು ಪರಾಗಸ್ಪರ್ಶ ಮತ್ತು ಬೀಜ ಚದುರುವಿಕೆಯಲ್ಲಿ ಸಹಾಯ ಮಾಡುತ್ತವೆ ಮತ್ತು ವಾತಾವರಣವನ್ನು ಶುದ್ಧಗೊಳಿಸಲು ಸಹಾಯ ಮಾಡುತ್ತವೆ.

ಸಸ್ಯಹಾರದಲ್ಲಿ ಎಲೆಗಳ ಪಾತ್ರ

ಸಸ್ಯಗಳು ಸೂರ್ಯನ ಬೆಳಕನ್ನು ಬಳಸಿಕೊಂಡು ಆಹಾರವನ್ನು ತಯಾರಿಸುವ ಪ್ರಕ್ರಿಯೆಯನ್ನು ಶಕ್ತಿಯುತವಾಗಿಸಲು ಎಲೆಗಳನ್ನು ಬಳಸುತ್ತವೆ. ಈ ಪ್ರಕ್ರಿಯೆಯನ್ನು ಶಕ್ತಿಯುತವಾಗಿಸಲು, ಸಸ್ಯಗಳು ಎಲೆಗಳ ಮೇಲ್ಮೈಯಲ್ಲಿ ಸಣ್ಣ ರಂಧ್ರಗಳನ್ನು ಹೊಂದಿರುತ್ತವೆ, ಇದನ್ನು ಸ್ಟೊಮಾಟಾ ಎಂದು ಕರೆಯುತ್ತಾರೆ. ಸ್ಟೊಮಾಟಾಗಳು ಆಮ್ಲಜನಕ ಮತ್ತು ಕಾರ್ಬನ್ ಡೈಆಕ್ಸೈಡ್ ಅನ್ನು ಹರಡಲು ಅನುವು ಮಾಡಿಕೊಡುತ್ತವೆ.

ಸಸ್ಯಗಳು ಆಹಾರವನ್ನು ತಯಾರಿಸಲು ಬಳಸುವ ಶಕ್ತಿಯನ್ನು ಸೂರ್ಯನ ಬೆಳಕಿನಿಂದ ಪಡೆಯುತ್ತವೆ. ಎಲೆಗಳ ಹಸಿರು ವರ್ಣದ್ರವ್ಯ, ಕ್ಲೋರೊಫಿಲ್, ಸೂರ್ಯನ ಬೆಳಕನ್ನು ಬಳಸಿಕೊಂಡು ನೀರು ಮತ್ತು ಕಾರ್ಬನ್ ಡೈಆಕ್ಸೈಡ್ ಅನ್ನು ಸಕ್ಕರೆ ಮತ್ತು ಆಮ್ಲಜನಕವಾಗಿ ಪರಿವರ್ತಿಸುತ್ತದೆ. ಈ ಪ್ರಕ್ರಿಯೆಯನ್ನು ಶಕ್ತಿಯುತವಾಗಿಸಲು, ಸಸ್ಯಗಳು ಎಲೆಗಳ ಮೇಲ್ಮೈಯಲ್ಲಿ ಸಣ್ಣ ರಂಧ್ರಗಳನ್ನು ಹೊಂದಿರುತ್ತವೆ, ಇದನ್ನು ಸ್ಟೊಮಾಟಾ ಎಂದು ಕರೆಯುತ್ತಾರೆ. ಸ್ಟೊಮಾಟಾಗಳು

ಆಮ್ಲಜನಕ ಮತ್ತು ಕಾರ್ಬನ್ ಡೈಆಕ್ಸೈಡ್ ಅನ್ನು ಹರಡಲು ಅನುವು ಮಾಡಿಕೊಡುತ್ತವೆ.

ಸಸ್ಯಹಾರಕ್ಕಾಗಿ ಎಲೆಗಳನ್ನು ಬಳಸುವ ಪ್ರಾಣಿಗಳಲ್ಲಿ ಮೇಕೆಗಳು, ಜಿಂಕೆಗಳು, ಕುರಿಗಳು, ಹಂದಿಗಳು ಮತ್ತು ಆನೆಗಳು ಸೇರಿವೆ. ಈ ಪ್ರಾಣಿಗಳು ಸಸ್ಯಗಳ ಎಲೆಗಳನ್ನು ತಿನ್ನುತ್ತವೆ ಮತ್ತು ಅವುಗಳಿಂದ ಪಡೆಯುವ ಪೋಷಕಾಂಶಗಳನ್ನು ಬದುಕಲು ಬಳಸುತ್ತವೆ.

ಕಾಡಿನ ರಕ್ಷಣಾ ಕಾರ್ಯವಿಧಾನಗಳಲ್ಲಿ ಎಲೆಗಳ ಪಾತ್ರ

ಕಾಡಿನ ರಕ್ಷಣಾ ಕಾರ್ಯವಿಧಾನಗಳಲ್ಲಿ ಎಲೆಗಳು ಪ್ರಮುಖ ಪಾತ್ರ ವಹಿಸುತ್ತವೆ. ಅವುಗಳು ಕಾಡನ್ನು ತಂಪಾಗಿರಿಸಲು, ಭೂಮಿಯ ನೀರಿನ ಚಕ್ರವನ್ನು ನಿರ್ವಹಿಸಲು ಮತ್ತು ಕಾಡನ್ನು ವಾತಾವರಣದ ಮಾಲಿನ್ಯದಿಂದ ರಕ್ಷಿಸಲು ಸಹಾಯ ಮಾಡುತ್ತವೆ.

ಕಾಡನ್ನು ತಂಪಾಗಿರಿಸುವುದು

ಎಲೆಗಳು ಸೂರ್ಯನ ಬೆಳಕನ್ನು ಹೀರಿಕೊಳ್ಳುತ್ತವೆ ಮತ್ತು ಅದನ್ನು ಶಾಖವಾಗಿ ಪರಿವರ್ತಿಸುತ್ತವೆ. ಆದಾಗ್ಯೂ, ಎಲೆಗಳು ಗಾಳಿಯನ್ನು ತಂಪು ಮಾಡುವ ಒಂದು ಪ್ರಕ್ರಿಯೆಯನ್ನು ಸಹ ಮಾಡುತ್ತವೆ, ಇದನ್ನು ಆವಿಯಾಗುವಿಕೆ ಎಂದು ಕರೆಯುತ್ತಾರೆ.

Chapter 5: The Orchestra of the Understory

ಅಧ್ಯಾಯ 5: ಅಡ್ಡಿಯ ಒರ್ಕೆಸ್ಟ್ರಾ

ಕೀಟಗಳು, ಫಂಗಸ್ ಮತ್ತು ಇತರ ಜೀವಿಗಳಿಂದ ತುಂಬಿರುವ ಕಾಡಿನ ನೆಲದ ಸ್ಪಂದಿಸುವ ಪ್ರಪಂಚಕ್ಕೆ ಧುಮುಕಿ

ಕಾಡಿನ ನೆಲವು ನಮ್ಮ ಕಣ್ಣಿಗೆ ಅನಿಸುವಷ್ಟು ಸುಂದರವಾಗಿಲ್ಲದಿದ್ದರೂ, ಅದು ಜೀವನದಿಂದ ತುಂಬಿದೆ. ಇದು ಕೀಟಗಳು, ಫಂಗಸ್ ಮತ್ತು ಇತರ ಜೀವಿಗಳಿಗೆ ನೆಲೆಯಾಗಿದೆ. ಈ ಜೀವಿಗಳು ಕಾಡಿನ ಆರೋಗ್ಯ ಮತ್ತು ಸಮತೋಲನಕ್ಕೆ ಅತ್ಯಗತ್ಯವಾಗಿವೆ.

ಕೀಟಗಳು

ಕಾಡಿನ ನೆಲದಲ್ಲಿರುವ ಕೀಟಗಳಲ್ಲಿ ಮಿಡತೆಗಳು, ಜೇನುನೊಣಗಳು, ಕೀಟಗಳು ಮತ್ತು ಚಿಪ್ಪುಗಳು ಸೇರಿವೆ. ಈ ಕೀಟಗಳು ಕಾಡಿನಲ್ಲಿನ ಸಸ್ಯಗಳು ಮತ್ತು ಪ್ರಾಣಿಗಳಿಗೆ ಅಮೂಲ್ಯವಾದ ಪಾತ್ರವನ್ನು ವಹಿಸುತ್ತವೆ.

ಮಿಡತೆಗಳು ಸಸ್ಯಗಳ ಎಲೆಗಳನ್ನು ತಿನ್ನುತ್ತವೆ. ಇದು ಸಸ್ಯಗಳ ಬೆಳವಣಿಗೆಗೆ ಸಹಾಯ ಮಾಡುತ್ತದೆ. ಜೇನುನೊಣಗಳು ಸಸ್ಯಗಳಿಂದ ಮಕರಂದವನ್ನು ಸಂಗ್ರಹಿಸುತ್ತವೆ. ಇದು ಪರಾಗಸ್ಪರ್ಶಕ್ಕೆ ಸಹಾಯ ಮಾಡುತ್ತದೆ. ಕೀಟಗಳು ಸಸ್ಯಗಳಿಂದ ಕೀಟಗಳನ್ನು ತಿನ್ನುತ್ತವೆ. ಇದು ಸಸ್ಯಗಳ ರಕ್ಷಣೆಗೆ ಸಹಾಯ ಮಾಡುತ್ತದೆ. ಚಿಪ್ಪುಗಳು ಸತ್ತ ಸಸ್ಯ ಮತ್ತು ಪ್ರಾಣಿಗಳ ದೇಹಗಳನ್ನು ವಿಭಜಿಸುತ್ತವೆ. ಇದು ಕಾಡಿನ ಜೈವಿಕ ವೈವಿಧ್ಯತೆಯನ್ನು ಉತ್ತೇಜಿಸುತ್ತದೆ.

ಫಂಗಸ್

ಕಾಡಿನ ನೆಲದಲ್ಲಿರುವ ಫಂಗಸ್‌ಗಳಲ್ಲಿ ಮಶ್ರೂಮ್‌ಗಳು, ಶಿಲೀಂಧ್ರಗಳು ಮತ್ತು ಮ್ಯಾಸಿಲ್‌ಗಳು ಸೇರಿವೆ. ಈ ಫಂಗಸ್‌ಗಳು ಸಸ್ಯಗಳು ಮತ್ತು ಪ್ರಾಣಿಗಳಿಗೆ ಅಮೂಲ್ಯವಾದ ಪಾತ್ರವನ್ನು ವಹಿಸುತ್ತವೆ.

ಮಶ್ರೂಮ್‌ಗಳು ಸಸ್ಯಗಳಿಂದ ಪೋಷಕಾಂಶಗಳನ್ನು ಪಡೆಯುತ್ತವೆ. ಇದು ಸಸ್ಯಗಳ ಬೆಳವಣಿಗೆಗೆ ಸಹಾಯ ಮಾಡುತ್ತದೆ. ಶಿಲೀಂಧ್ರಗಳು ಸತ್ತ ಸಸ್ಯ ಮತ್ತು ಪ್ರಾಣಿಗಳ ದೇಹಗಳನ್ನು ವಿಭಜಿಸುತ್ತವೆ. ಇದು ಕಾಡಿನ ಜೈವಿಕ ವೈವಿಧ್ಯತೆಯನ್ನು ಉತ್ತೇಜಿಸುತ್ತದೆ. ಮ್ಯಾಸಿಲ್‌ಗಳು ಸಸ್ಯಗಳಿಗೆ ನೀರು ಮತ್ತು ಪೋಷಕಾಂಶಗಳನ್ನು ಒದಗಿಸುತ್ತವೆ. ಇದು ಸಸ್ಯಗಳ ಬದುಕುಳಿಯಲು ಸಹಾಯ ಮಾಡುತ್ತದೆ.

ಇತರ ಜೀವಿಗಳು

ಕಾಡಿನ ನೆಲದಲ್ಲಿರುವ ಇತರ ಜೀವಿಗಳಲ್ಲಿ ಮೊಲಗಳು, ಹಾವುಗಳು, ಸರೀಸೃಪಗಳು ಮತ್ತು ಜಲಚರಗಳು ಸೇರಿವೆ. ಈ ಜೀವಿಗಳು ಕಾಡಿನ ಆಹಾರ ಸರಪಳಿಯಲ್ಲಿ ಪ್ರಮುಖ ಪಾತ್ರವನ್ನು ವಹಿಸುತ್ತವೆ.

ಮೊಲಗಳು ಸಸ್ಯಗಳನ್ನು ತಿನ್ನುತ್ತವೆ. ಇದು ಸಸ್ಯಗಳ ಹೆಚ್ಚುವರಿ ಬೆಳವಣಿಗೆಯನ್ನು ನಿಯಂತ್ರಿಸಲು ಸಹಾಯ ಮಾಡುತ್ತದೆ. ಹಾವುಗಳು ಇತರ ಪ್ರಾಣಿಗಳನ್ನು ತಿನ್ನುತ್ತವೆ. ಇದು ಪ್ರಾಣಿಗಳ ಸಂಖ್ಯೆಯನ್ನು ನಿಯಂತ್ರಿಸಲು ಸಹಾಯ ಮಾಡುತ್ತದೆ. ಸರೀಸೃಪಗಳು ಮತ್ತು ಜಲಚರಗಳು ಸಸ್ಯಗಳು ಮತ್ತು ಪ್ರಾಣಿಗಳಿಂದ ಪೋಷಕಾಂಶಗಳನ್ನು ಪಡೆಯುತ್ತವೆ. ಇದು ಕಾಡಿನ ಪರಿಸರ ವ್ಯವಸ್ಥೆಯನ್ನು ಸಮತೋಲನದಲ್ಲಿಡಲು ಸಹಾಯ ಮಾಡುತ್ತದೆ.

ಅಡ್ಡಿಯಲ್ಲಿರುವ ವಿವಿಧ ಜಾತಿಗಳ ನಡುವಿನ ಸಂಕೀರ್ಣ ಸಂಬಂಧಗಳು

ಅಡ್ಡಿಯು ಭೂಮಿಯ ಮೇಲ್ಮೈ ಮತ್ತು ಭೂಮಿಯ ಮೇಲ್ಮೈಯ ನಡುವಿನ ಪ್ರದೇಶವಾಗಿದೆ. ಇದು ಸಾಮಾನ್ಯವಾಗಿ ಕಾಡುಗಳಲ್ಲಿ ಕಂಡುಬರುತ್ತದೆ, ಆದರೆ ಇದು ಮೈದಾನಗಳು, ಹುಲ್ಲುಗಾವಲುಗಳು ಮತ್ತು ಜಲಾಶಯಗಳಲ್ಲಿಯೂ ಕಂಡುಬರುತ್ತದೆ. ಅಡ್ಡಿಯು ವಿವಿಧ ಜಾತಿಗಳಿಗೆ ನೆಲೆಯಾಗಿದೆ, ಅವುಗಳೆಂದರೆ ಸಸ್ಯಗಳು, ಪ್ರಾಣಿಗಳು ಮತ್ತು ಸೂಕ್ಷ್ಮಜೀವಿಗಳು. ಈ ಜಾತಿಗಳು ಪರಸ್ಪರ ಸಂಬಂಧ ಹೊಂದಿವೆ ಮತ್ತು ಅಡ್ಡಿಯ ಆರೋಗ್ಯ ಮತ್ತು ಸಮತೋಲನಕ್ಕೆ ಅವಶ್ಯಕವಾಗಿವೆ.

ಕೊಳೆಯುವಿಕೆ

ಅಡ್ಡಿಯಲ್ಲಿರುವ ಪ್ರಮುಖ ಪ್ರಕ್ರಿಯೆಗಳಲ್ಲಿ ಒಂದೆಂದರೆ ಕೊಳೆಯುವಿಕೆ. ಕೊಳೆಯುವಿಕೆಯು ಸತ್ತ ಸಸ್ಯ ಮತ್ತು ಪ್ರಾಣಿಗಳ ದೇಹಗಳನ್ನು ವಿಭಜಿಸುವ ಪ್ರಕ್ರಿಯೆಯಾಗಿದೆ. ಇದು ಸೂಕ್ಷ್ಮಜೀವಿಗಳು, ಫಂಗಸ್ ಮತ್ತು ಕೆಲವು ಪ್ರಾಣಿಗಳಿಂದ ಮಾಡಲ್ಪಟ್ಟಿದೆ. ಕೊಳೆಯುವಿಕೆಯು ಪೋಷಕಾಂಶಗಳನ್ನು ಮರುಬಳಕೆ ಮಾಡಲು ಸಹಾಯ ಮಾಡುತ್ತದೆ. ಸತ್ತ ಸಸ್ಯ ಮತ್ತು ಪ್ರಾಣಿಗಳ ದೇಹಗಳಲ್ಲಿರುವ ಪೋಷಕಾಂಶಗಳು ಸೂಕ್ಷ್ಮಜೀವಿಗಳು ಮತ್ತು ಫಂಗಸ್‌ಗಳಿಂದ ಹೀರಲ್ಪಡುತ್ತವೆ. ನಂತರ, ಈ ಪೋಷಕಾಂಶಗಳು ಇತರ ಜೀವಿಗಳಿಗೆ ಲಭ್ಯವಾಗುತ್ತವೆ.

ಪೋಷಕಾಂಶ ಚಕ್ರ

ಕೊಳೆಯುವಿಕೆಯು ಪೋಷಕಾಂಶ ಚಕ್ರದ ಒಂದು ಪ್ರಮುಖ ಭಾಗವಾಗಿದೆ. ಪೋಷಕಾಂಶ ಚಕ್ರವು ಪೋಷಕಾಂಶಗಳು ಜೀವಿಗಳಿಂದ ಜೀವಿಗಳಿಗೆ ಹೇಗೆ ಹರಡುತ್ತವೆ ಎಂಬುದನ್ನು ವಿವರಿಸುತ್ತದೆ. ಪೋಷಕಾಂಶ ಚಕ್ರವು ಭೂಮಿಯ

ಜೀವವೈವಿಧ್ಯತೆಯನ್ನು ಉತ್ತೇಜಿಸಲು ಮತ್ತು ವಾತಾವರಣವನ್ನು ಶುದ್ಧಗೊಳಿಸಲು ಸಹಾಯ ಮಾಡುತ್ತದೆ.

ಪರಭಕ್ಷಕ-ಭಕ್ಷ್ಯ ಸಂಬಂಧಗಳು

ಅಡ್ಡಿಯಲ್ಲಿರುವ ಇನ್ನೊಂದು ಪ್ರಮುಖ ಸಂಬಂಧವೆಂದರೆ ಪರಭಕ್ಷಕ-ಭಕ್ಷ್ಯ ಸಂಬಂಧ. ಪರಭಕ್ಷಕ-ಭಕ್ಷ್ಯ ಸಂಬಂಧವು ಒಂದು ಜೀವಿ ಇನ್ನೊಂದನ್ನು ತಿನ್ನುವ ಸಂಬಂಧವಾಗಿದೆ. ಅಡ್ಡಿಯಲ್ಲಿ, ಪರಭಕ್ಷಕಗಳು ಸಾಮಾನ್ಯವಾಗಿ ಪ್ರಾಣಿಗಳಾಗಿವೆ, ಆದರೆ ಅವು ಸಸ್ಯಗಳಾಗಿರಬಹುದು. ಭಕ್ಷ್ಯಗಳು ಸಾಮಾನ್ಯವಾಗಿ ಸಸ್ಯಗಳು ಅಥವಾ ಇತರ ಪ್ರಾಣಿಗಳಾಗಿವೆ.

ಪರಭಕ್ಷಕ-ಭಕ್ಷ್ಯ ಸಂಬಂಧಗಳು ಜೀವವೈವಿಧ್ಯತೆಯನ್ನು ಉತ್ತೇಜಿಸಲು ಸಹಾಯ ಮಾಡುತ್ತದೆ. ಪರಭಕ್ಷಕಗಳು ಭಕ್ಷ್ಯಗಳ ಸಂಖ್ಯೆಯನ್ನು ನಿಯಂತ್ರಿಸಲು ಸಹಾಯ ಮಾಡುತ್ತವೆ. ಇದು ಭಕ್ಷ್ಯಗಳು ಜೀವವೈವಿಧ್ಯತೆಯನ್ನು ಹಾನಿಗೊಳಿಸುವುದನ್ನು ತಡೆಯುತ್ತದೆ.

ಅಡ್ಡಿಯಲ್ಲಿರುವ ವಿವಿಧ ಜಾತಿಗಳ ನಡುವಿನ ಸಂಕೀರ್ಣ ಸಂಬಂಧಗಳ ಕೆಲವು ಉದಾಹರಣೆಗಳು

- ಸಸ್ಯಗಳು ಸತ್ತಾಗ, ಅವು ಸೂಕ್ಷ್ಮಜೀವಿಗಳು ಮತ್ತು ಫಂಗಸ್‌ಗಳಿಂದ ವಿಭಜಿಸಲ್ಪಡುತ್ತವೆ. ಈ ಪ್ರಕ್ರಿಯೆಯು ಪೋಷಕಾಂಶಗಳನ್ನು ಮರುಬಳಕೆ ಮಾಡಲು ಸಹಾಯ ಮಾಡುತ್ತದೆ.

ಅಡ್ಡಿಯು ಮಣ್ಣಿನ ಆರೋಗ್ಯವನ್ನು ಕಾಪಾಡುವ ಮತ್ತು ಜೈವಿಕ ವೈವಿಧ್ಯತೆಯನ್ನು ಬೆಂಬಲಿಸುವಲ್ಲಿ ಪ್ರಮುಖ ಪಾತ್ರವನ್ನು ವಹಿಸುತ್ತದೆ. ಅಡ್ಡಿಯು ಮಣ್ಣಿನ ಒಳಗಿನ ಭಾಗವನ್ನು ರಕ್ಷಿಸುತ್ತದೆ ಮತ್ತು ಮಣ್ಣಿನ ಉತ್ಪಾದಕತೆಯನ್ನು ಹೆಚ್ಚಿಸುತ್ತದೆ. ಅಡ್ಡಿಯಲ್ಲಿರುವ ಸಸ್ಯಗಳು, ಪ್ರಾಣಿಗಳು ಮತ್ತು ಸೂಕ್ಷ್ಮಜೀವಿಗಳು ಪೋಷಕಾಂಶಗಳನ್ನು ಮರುಬಳಕೆ ಮಾಡಲು ಮತ್ತು ಜೈವಿಕ ವೈವಿಧ್ಯತೆಯನ್ನು ಉತ್ತೇಜಿಸಲು ಸಹಾಯ ಮಾಡುತ್ತವೆ.

ಅಡ್ಡಿಯು ಮಣ್ಣಿನ ಆರೋಗ್ಯವನ್ನು ಕಾಪಾಡಲು ಹೇಗೆ ಸಹಾಯ ಮಾಡುತ್ತದೆ?

- ಅಡ್ಡಿಯು ಮಣ್ಣಿನ ಒಳಗಿನ ಭಾಗವನ್ನು ರಕ್ಷಿಸುತ್ತದೆ. ಅಡ್ಡಿಯಲ್ಲಿರುವ ಸಸ್ಯಗಳು ಮತ್ತು ಪ್ರಾಣಿಗಳು ಮಣ್ಣಿನ ಮೇಲ್ಮೈಯನ್ನು ಸ್ಥಿರವಾಗಿರಿಸಲು ಸಹಾಯ ಮಾಡುತ್ತವೆ. ಇದು ಮಣ್ಣಿನ ಒಳಗಿನ ಭಾಗವನ್ನು ಭೂಕುಸಿತ ಮತ್ತು ನೀರಿನಿಂದ ರಕ್ಷಿಸುತ್ತದೆ.

- ಅಡ್ಡಿಯು ಮಣ್ಣಿನ ಉತ್ಪಾದಕತೆಯನ್ನು ಹೆಚ್ಚಿಸುತ್ತದೆ. ಅಡ್ಡಿಯಲ್ಲಿರುವ ಸಸ್ಯಗಳು ಮಣ್ಣಿಗೆ ಪೋಷಕಾಂಶಗಳನ್ನು ಒದಗಿಸುತ್ತವೆ. ಅಡ್ಡಿಯಲ್ಲಿರುವ ಸೂಕ್ಷ್ಮಜೀವಿಗಳು ಮಣ್ಣಿನ ರಚನೆಯನ್ನು ಸುಧಾರಿಸಲು ಮತ್ತು ಮಣ್ಣಿನಿಂದ ನೀರನ್ನು ಹೀರಿಕೊಳ್ಳುವ ಸಾಮರ್ಥ್ಯವನ್ನು ಹೆಚ್ಚಿಸಲು ಸಹಾಯ ಮಾಡುತ್ತವೆ.

ಅಡ್ಡಿಯು ಜೈವಿಕ ವೈವಿಧ್ಯತೆಯನ್ನು ಹೇಗೆ ಬೆಂಬಲಿಸುತ್ತದೆ?

- ಅಡ್ಡಿಯು ವಿವಿಧ ಜಾತಿಗಳಿಗೆ ನೆಲೆಯಾಗಿದೆ. ಅಡ್ಡಿಯಲ್ಲಿರುವ ಸಸ್ಯಗಳು, ಪ್ರಾಣಿಗಳು ಮತ್ತು ಸೂಕ್ಷ್ಮಜೀವಿಗಳು ಪರಸ್ಪರ ಸಂಬಂಧ

ಹೊಂದಿವೆ. ಈ ಸಂಬಂಧಗಳು ಜೈವಿಕ ವೈವಿಧ್ಯತೆಯನ್ನು ಉತ್ತೇಜಿಸಲು ಸಹಾಯ ಮಾಡುತ್ತವೆ.

- ಅಡ್ಡಿಯು ಜೀವವೈವಿಧ್ಯತೆಯನ್ನು ಕಾಪಾಡಲು ಸಹಾಯ ಮಾಡುತ್ತದೆ. ಅಡ್ಡಿಯಲ್ಲಿರುವ ಸಸ್ಯಗಳು ಮತ್ತು ಪ್ರಾಣಿಗಳು ಭೂಮಿಯ ವಾತಾವರಣವನ್ನು ಶುದ್ಧಗೊಳಿಸಲು, ಪರಾಗಸ್ಪರ್ಶ ಮಾಡಲು ಮತ್ತು ಬೀಜಗಳನ್ನು ಹರಡಲು ಸಹಾಯ ಮಾಡುತ್ತವೆ.

ಅಡ್ಡಿಯನ್ನು ರಕ್ಷಿಸುವುದು ಮುಖ್ಯ

ಅಡ್ಡಿಯು ಭೂಮಿಯ ಆರೋಗ್ಯ ಮತ್ತು ಸ್ಥಿರತೆಗೆ ಅತ್ಯಗತ್ಯವಾಗಿದೆ. ಅಡ್ಡಿಯನ್ನು ರಕ್ಷಿಸಲು ನಾವು ಕೆಲವು ಕೆಲಸಗಳನ್ನು ಮಾಡಬಹುದು:

- ಮಣ್ಣಿನ ero sion ಮತ್ತು ನೀರಿನ ದುರುಪಯೋಗವನ್ನು ತಡೆಯಲು ಪ್ರಯತ್ನಿಸಿ.
- ಶೀಘ್ರವಾದ ಬೆಳವಣಿಗೆಯನ್ನು ಉತ್ತೇಜಿಸುವ ಬದಲು ಸ್ಥಳೀಯ ಸಸ್ಯಗಳನ್ನು ಬೆಳೆಸಿ.
- ಕೀಟನಾಶಕಗಳು ಮತ್ತು ರಾಸಾಯನಿಕ ಗೊಬ್ಬರಗಳ ಬಳಕೆಯನ್ನು ಕಡಿಮೆ ಮಾಡಿ.

ಅಡ್ಡಿಯನ್ನು ರಕ್ಷಿಸುವುದು ನಮ್ಮ ಭವಿಷ್ಯದ ಆರೋಗ್ಯ ಮತ್ತು ಸ್ಥಿರತೆಗೆ ಪ್ರಮುಖವಾಗಿದೆ.

Chapter 6: The Rhythm of the Seasons
ಅಧ್ಯಾಯ 6: ಋತುಗಳ ಲಯ

ವಸಂತಕಾಲದ ಸ್ಪಂದಿಸುವ ಹಸಿರಿನಿಂದ ಶರತ್ಕಾಲದ ಉರಿಯ ಬಣ್ಣಗಳವರೆಗೆ, ಮರಗಳು ಮತ್ತು ಕಾಡುಗಳು ವರ್ಷಪೂರ್ತಿ ಹೇಗೆ ಬದಲಾಗುತ್ತವೆ ಎಂಬುದನ್ನು ಅನ್ವೇಷಿಸಿ

ಮರಗಳು ಮತ್ತು ಕಾಡುಗಳು ನಮ್ಮ ಗ್ರಹದ ಆರೋಗ್ಯ ಮತ್ತು ಸೌಂದರ್ಯಕ್ಕೆ ಅತ್ಯಗತ್ಯವಾಗಿವೆ. ಅವು ಗಾಳಿಯನ್ನು ಶುದ್ಧಗೊಳಿಸಲು, ನೀರನ್ನು ಸಂಗ್ರಹಿಸಲು ಮತ್ತು ಜೀವವೈವಿಧ್ಯತೆಯನ್ನು ಬೆಂಬಲಿಸಲು ಸಹಾಯ ಮಾಡುತ್ತವೆ. ಮರಗಳು ಮತ್ತು ಕಾಡುಗಳು ವರ್ಷಪೂರ್ತಿ ಬದಲಾಗುತ್ತವೆ, ಪ್ರತಿ ಋತುಮಾನದಲ್ಲೂ ತಮ್ಮದೇ ಆದ ವಿಶಿಷ್ಟ ಆಕರ್ಷಣೆಯನ್ನು ಹೊಂದಿರುತ್ತವೆ.

ವಸಂತಕಾಲ

ವಸಂತಕಾಲವು ಹೊಸ ಜೀವನದ ಋತುಮಾನವಾಗಿದೆ, ಮತ್ತು ಮರಗಳು ಮತ್ತು ಕಾಡುಗಳು ಇದಕ್ಕೆ ಹೊಂದಿಕೊಳ್ಳುವುದರಲ್ಲಿ ಹೆಚ್ಚು ಸಕ್ರಿಯವಾಗಿವೆ. ಚಳಿಗಾಲದಲ್ಲಿ ಸತ್ತ ಎಲೆಗಳು ಬೀಳುತ್ತವೆ, ಮತ್ತು ಹೊಸ ಎಲೆಗಳು ಮರಗಳ ಮೇಲೆ ಬೆಳೆಯಲು ಪ್ರಾರಂಭಿಸುತ್ತವೆ. ಮರಗಳು ಮತ್ತು ಕಾಡುಗಳು ಸ್ಪಂದಿಸುವ ಹಸಿರಿನಿಂದ ತುಂಬಿರುತ್ತವೆ, ಇದು ಜೀವನದ ಸಂತೋಷದ ಸಂದೇಶವನ್ನು ಕಳುಹಿಸುತ್ತದೆ.

ಬೇಸಿಗೆಕಾಲ

ಬೇಸಿಗೆಕಾಲವು ಬೆಳವಣಿಗೆ ಮತ್ತು ಬೆಳವಣಿಗೆಯ ಋತುಮಾನವಾಗಿದೆ. ಮರಗಳು ಮತ್ತು ಕಾಡುಗಳು ತಮ್ಮ ಎಲೆಗಳಲ್ಲಿ ಹೆಚ್ಚು ಹಸಿರು ಬಣ್ಣವನ್ನು ಹೊಂದಿರುತ್ತವೆ, ಮತ್ತು ಅವುಗಳ ಕಾಂಡಗಳು ಮತ್ತು ಶಾಖೆಗಳು ದಪ್ಪವಾಗುತ್ತವೆ. ಮರಗಳು ಹಣ್ಣುಗಳು ಮತ್ತು ಬೀಜಗಳನ್ನು ಉತ್ಪಾದಿಸಲು ಪ್ರಾರಂಭಿಸುತ್ತವೆ, ಇದು ಪ್ರಾಣಿಗಳಿಗೆ ಆಹಾರವನ್ನು ಒದಗಿಸುತ್ತದೆ.

ಶರತ್ಕಾಲ

ಶರತ್ಕಾಲವು ಬದಲಾವಣೆಯ ಋತುಮಾನವಾಗಿದೆ. ಹಗಲುಗಳು ಕಡಿಮೆಯಾಗುತ್ತವೆ ಮತ್ತು ರಾತ್ರಿಗಳು ಉದ್ದವಾಗುತ್ತವೆ, ಮತ್ತು ಗಾಳಿ ತಂಪಾಗುತ್ತದೆ. ಮರಗಳ ಎಲೆಗಳು ಬಣ್ಣ ಬದಲಾಯಿಸಲು ಪ್ರಾರಂಭಿಸುತ್ತವೆ, ಅವುಗಳನ್ನು ಕೆಂಪು, ಹಳದಿ, ಕಿತ್ತಳೆ ಮತ್ತು ಕಂದು ಬಣ್ಣಗಳಲ್ಲಿ ತುಂಬಿಸುತ್ತವೆ. ಈ ಬಣ್ಣಗಳ ಉರಿಯುವ ಸಂಯೋಜನೆಯು ಶರತ್ಕಾಲವನ್ನು ಭೂಮಿಯ ಅತ್ಯಂತ ಸುಂದರವಾದ ಋತುಮಾನಗಳಲ್ಲಿ ಒಂದನ್ನಾಗಿ ಮಾಡುತ್ತದೆ.

ಚಳಿಗಾಲ

ಚಳಿಗಾಲವು ನಿದ್ರೆ ಮತ್ತು ವಿಶ್ರಾಂತಿ ಋತುಮಾನವಾಗಿದೆ. ಮರಗಳು ಮತ್ತು ಕಾಡುಗಳು ಚಳಿಗಾಲದ ಚಳಿ ಮತ್ತು ಹಿಮವನ್ನು ತಡೆಯಲು ತಮ್ಮ ಎಲೆಗಳನ್ನು ಕಳೆದುಕೊಳ್ಳುತ್ತವೆ. ಮರಗಳು ಮತ್ತು ಕಾಡುಗಳು ಮುದುಡಿದು, ಚಳಿಗಾಲದ ಚಂಡಮಾರುತಗಳಿಗೆ ಸಿಲುಕುವುದನ್ನು ತಡೆಯುತ್ತವೆ. ಚಳಿಗಾಲವು ಮರಗಳು ಮತ್ತು ಕಾಡುಗಳಿಗೆ ವಿಶ್ರಾಂತಿ ಪಡೆಯಲು ಮತ್ತು ಮುಂದಿನ ವಸಂತಕಾಲಕ್ಕೆ ತಯಾರಿ ಮಾಡಿಕೊಳ್ಳಲು ಸಮಯವನ್ನು ನೀಡುತ್ತದೆ.

ಮಲಗುವಿಕೆ, ಹೂವು ಬಿಡುವುದು ಮತ್ತು ಹಣ್ಣು ಬಿಡುವುದನ್ನು ಒಳಗೊಂಡಂತೆ ವಿವಿಧ ಋತುಗಳಿಗೆ ಮರಗಳ ಶಾರೀರವೈಜ್ಞಾನಿಕ ಮತ್ತು ಪರಿಸರ ಅಳವಡಿಕೆಗಳು

ಮರಗಳು ಭೂಮಿಯ ಅತ್ಯಂತ ಸಾಮಾನ್ಯ ಸಸ್ಯಗಳಾಗಿವೆ. ಅವು ವಿವಿಧ ಋತುಗಳಿಗೆ ಹೊಂದಿಕೊಳ್ಳಲು ವಿವಿಧ ರೀತಿಯಲ್ಲಿ ಅಳವಡಿಸಿಕೊಂಡಿವೆ.

ಮಲಗುವಿಕೆ

ಚಳಿಗಾಲದಲ್ಲಿ, ಮರಗಳು ತಮ್ಮ ಎಲೆಗಳನ್ನು ಕಳೆದುಕೊಳ್ಳುತ್ತವೆ. ಈ ಪ್ರಕ್ರಿಯೆಯನ್ನು ಮಲಗುವಿಕೆ ಎಂದು ಕರೆಯಲಾಗುತ್ತದೆ. ಮಲಗುವಿಕೆಯು ಮರಗಳನ್ನು ಚಳಿಗಾಲದ ತಂಪು ಮತ್ತು ಹಿಮದಿಂದ ರಕ್ಷಿಸಲು ಸಹಾಯ ಮಾಡುತ್ತದೆ.

ಮಲಗುವಿಕೆಯು ಹಲವಾರು ಹಂತಗಳನ್ನು ಒಳಗೊಂಡಿರುತ್ತದೆ. ಮೊದಲ ಹಂತದಲ್ಲಿ, ಮರಗಳು ತಮ್ಮ ಎಲೆಗಳಲ್ಲಿನ ಕ್ಲೋರೋಫಿಲ್ ಅನ್ನು ಕಳೆದುಕೊಳ್ಳುತ್ತವೆ. ಕ್ಲೋರೋಫಿಲ್ ಎನ್ನುವುದು ಸಸ್ಯಗಳು ಸೂರ್ಯನ ಬೆಳಕಿನಿಂದ ಶಕ್ತಿಯನ್ನು ಉತ್ಪಾದಿಸಲು ಬಳಸುವ ಹಸಿರು ವರ್ಣದ್ರವ್ಯವಾಗಿದೆ. ಕ್ಲೋರೋಫಿಲ್ ಅನ್ನು ಕಳೆದುಕೊಳ್ಳುವುದರಿಂದ, ಮರಗಳು ಸೂರ್ಯನ ಬೆಳಕಿನಿಂದ ಶಕ್ತಿಯನ್ನು ಪಡೆಯಲು ಸಾಧ್ಯವಾಗುವುದಿಲ್ಲ.

ಎರಡನೇ ಹಂತದಲ್ಲಿ, ಮರಗಳು ತಮ್ಮ ಎಲೆಗಳಲ್ಲಿನ ನೀರನ್ನು ಕಳೆದುಕೊಳ್ಳುತ್ತವೆ. ನೀರಿನನ್ನು ಕಳೆದುಕೊಳ್ಳುವುದರಿಂದ, ಎಲೆಗಳು ಒಣಗುತ್ತವೆ ಮತ್ತು ಕೆಂಪು, ಹಳದಿ ಅಥವಾ ಕಂದು ಬಣ್ಣಗಳಿಗೆ ಬದಲಾಗುತ್ತವೆ.

ಮೂರನೇ ಹಂತದಲ್ಲಿ, ಮರಗಳು ತಮ್ಮ ಎಲೆಗಳನ್ನು ಬೀಳುತ್ತವೆ. ಎಲೆಗಳು ಬೀಳುವುದರಿಂದ, ಮರಗಳು ಚಳಿಗಾಲದ ತಂಪು ಮತ್ತು ಹಿಮದಿಂದ ರಕ್ಷಿಸಲ್ಪಡುತ್ತವೆ.

ಹೂವು ಬಿಡುವುದು

ಹೂವು ಬಿಡುವುದು ಮರಗಳಲ್ಲಿನ ಒಂದು ಪ್ರಮುಖ ಪ್ರಕ್ರಿಯೆಯಾಗಿದೆ. ಹೂವುಗಳು ಪರಾಗಸ್ಪರ್ಶಕ್ಕೆ ಅಗತ್ಯವಾದ ವರ್ಣದ್ರವ್ಯಗಳು ಮತ್ತು ಪರಿಮಳವನ್ನು ಹೊಂದಿರುತ್ತವೆ.

ಹೂವು ಬಿಡುವುದು ಹಲವಾರು ಅಂಶಗಳಿಂದ ನಿಯಂತ್ರಿಸಲ್ಪಡುತ್ತದೆ, ಅವುಗಳೆಂದರೆ:

- ತಾಪಮಾನ: ಹೆಚ್ಚಿನ ತಾಪಮಾನವು ಹೂವು ಬಿಡುವಿಕೆಯನ್ನು ಪ್ರಚೋದಿಸುತ್ತದೆ.
- ಬೆಳಕಿನ ಪ್ರಮಾಣ: ಹೆಚ್ಚಿನ ಬೆಳಕಿನ ಪ್ರಮಾಣವು ಹೂವು ಬಿಡುವಿಕೆಯನ್ನು ಪ್ರಚೋದಿಸುತ್ತದೆ.
- ನೀರಿನ ಪ್ರಮಾಣ: ಸಾಕಷ್ಟು ನೀರು ಹೂವು ಬಿಡುವಿಕೆಯನ್ನು ಪ್ರಚೋದಿಸುತ್ತದೆ.
- ಪೋಷಕಾಂಶಗಳು: ಸರಿಯಾದ ಪೋಷಕಾಂಶಗಳು ಹೂವು ಬಿಡುವಿಕೆಯನ್ನು ಪ್ರಚೋದಿಸುತ್ತವೆ.

ಹಣ್ಣು ಬಿಡುವುದು

ಹಣ್ಣುಗಳು ಮರಗಳಲ್ಲಿನ ಬೀಜಗಳನ್ನು ರಕ್ಷಿಸುತ್ತವೆ. ಹಣ್ಣುಗಳು ವಿವಿಧ ರೀತಿಯಲ್ಲಿರುತ್ತವೆ, ಅವುಗಳೆಂದರೆ:

- ಬೀಜಗಳು: ಬೀಜಗಳು ಹಣ್ಣಿನ ಒಳಭಾಗದಲ್ಲಿರುತ್ತವೆ.

- ಕೋಕರ್ನ್: ಕೋಕರ್ನ್ ಹಣ್ಣಿನ ಹೊರಭಾಗದಲ್ಲಿರುವ ಬೀಜಗಳ ಗುಂಪಾಗಿದೆ.

ಹವಾಮಾನ ಬದಲಾವಣೆ ಋತುಕಾಲದ ಚಕ್ರಗಳು ಮತ್ತು ಕಾಡಿನ ಪರಿಸರ ವ್ಯವಸ್ಥೆಗಳ ಮೇಲೆ ಹೇಗೆ ಪರಿಣಾಮ ಬೀರುತ್ತದೆ ಎಂಬುದನ್ನು ಚರ್ಚಿಸಿ

ಹವಾಮಾನ ಬದಲಾವಣೆಯು ಜಗತ್ತಿನಾದ್ಯಂತದ ಋತುಕಾಲದ ಚಕ್ರಗಳನ್ನು ಬದಲಾಯಿಸುತ್ತಿದೆ. ಈ ಬದಲಾವಣೆಗಳು ಕಾಡಿನ ಪರಿಸರ ವ್ಯವಸ್ಥೆಗಳ ಮೇಲೆ ಗಮನಾರ್ಹ ಪರಿಣಾಮ ಬೀರುತ್ತಿವೆ.

ಋತುಕಾಲದ ಚಕ್ರಗಳ ಬದಲಾವಣೆ

ಹವಾಮಾನ ಬದಲಾವಣೆಯು ಗ್ರಹದ ಸರಾಸರಿ ತಾಪಮಾನವನ್ನು ಹೆಚ್ಚಿಸುತ್ತಿದೆ. ಇದು ಋತುಗಳ ಚಕ್ರಗಳನ್ನು ಬದಲಾಯಿಸುತ್ತಿದೆ. ಉದಾಹರಣೆಗೆ, ವಸಂತಕಾಲವು ಮುಂಚಿತವಾಗಿ ಪ್ರಾರಂಭವಾಗುತ್ತಿದೆ ಮತ್ತು ಚಳಿಗಾಲವು ನಂತರ ಪ್ರಾರಂಭವಾಗುತ್ತಿದೆ. ಹಗಲುಗಳು ಉದ್ದವಾಗುತ್ತಿವೆ ಮತ್ತು ರಾತ್ರಿಗಳು ಚಿಕ್ಕದಾಗುತ್ತಿವೆ.

ಈ ಬದಲಾವಣೆಗಳು ಕಾಡಿನ ಪರಿಸರ ವ್ಯವಸ್ಥೆಗಳ ಮೇಲೆ ಹಲವಾರು ರೀತಿಯಲ್ಲಿ ಪರಿಣಾಮ ಬೀರುತ್ತವೆ. ಉದಾಹರಣೆಗೆ, ಮರಗಳು ತಮ್ಮ ಎಲೆಗಳನ್ನು ಬಿಡುವ ಸಮಯವನ್ನು ಬದಲಾಯಿಸಬೇಕಾಗಬಹುದು. ಇದು ಪ್ರಾಣಿಗಳಿಗೆ ಆಹಾರ ಮತ್ತು ಆಶ್ರಯವನ್ನು ಕಂಡುಹಿಡಿಯುವುದನ್ನು ಕಷ್ಟಕರಗೊಳಿಸಬಹುದು.

ಕಾಡಿನ ಪರಿಸರ ವ್ಯವಸ್ಥೆಗಳ ಮೇಲಿನ ಪರಿಣಾಮಗಳು

ಹವಾಮಾನ ಬದಲಾವಣೆಯು ಕಾಡಿನ ಪರಿಸರ ವ್ಯವಸ್ಥೆಗಳ ಮೇಲೆ ಕೆಳಗಿನಂತಹ ಪರಿಣಾಮಗಳನ್ನು ಬೀರಬಹುದು:

- ಮರಗಳ ಬೆಳವಣಿಗೆ ಮತ್ತು ಸಾವಿನಲ್ಲಿ ಬದಲಾವಣೆಗಳು: ಹವಾಮಾನ ಬದಲಾವಣೆಯು ಮರಗಳ ಬೆಳವಣಿಗೆ ಮತ್ತು ಸಾವಿನಲ್ಲಿ ಬದಲಾವಣೆಗಳನ್ನು ಉಂಟುಮಾಡಬಹುದು. ಉದಾಹರಣೆಗೆ, ತಾಪಮಾನದಲ್ಲಿ ಹೆಚ್ಚಳವು ಕೆಲವು ಮರಗಳ ಬೆಳವಣಿಗೆಯನ್ನು ವೇಗಗೊಳಿಸಬಹುದು, ಆದರೆ ಇತರ ಮರಗಳ ಸಾವಿಗೆ ಕಾರಣವಾಗಬಹುದು.

- ಪ್ರಭೇದಗಳ ವಿತರಣೆಯಲ್ಲಿ ಬದಲಾವಣೆಗಳು: ಹವಾಮಾನ ಬದಲಾವಣೆಯು ಪ್ರಭೇದಗಳ ವಿತರಣೆಯಲ್ಲಿ ಬದಲಾವಣೆಗಳನ್ನು ಉಂಟುಮಾಡಬಹುದು. ಉದಾಹರಣೆಗೆ, ಕೆಲವು ಪ್ರಭೇದಗಳು ಹೆಚ್ಚಿನ ತಾಪಮಾನಕ್ಕೆ ಹೊಂದಿಕೊಳ್ಳಲು ಸಾಧ್ಯವಾಗುತ್ತದೆ ಮತ್ತು ಹೆಚ್ಚಿನ ಅಕ್ಷಾಂಶಗಳಿಗೆ ವಲಸೆ ಹೋಗಬಹುದು. ಇತರ ಪ್ರಭೇದಗಳು ಹೊಂದಿಕೊಳ್ಳಲು ಸಾಧ್ಯವಾಗದಿರಬಹುದು ಮತ್ತು ಅಳಿವಿನಂಚಿಗೆ ಬರಬಹುದು.

- ಪರಿಸರ ವ್ಯವಸ್ಥೆಯ ಕಾರ್ಯಕ್ಷಮತೆಯಲ್ಲಿ ಬದಲಾವಣೆಗಳು: ಹವಾಮಾನ ಬದಲಾವಣೆಯು ಪರಿಸರ ವ್ಯವಸ್ಥೆಯ ಕಾರ್ಯಕ್ಷಮತೆಯಲ್ಲಿ ಬದಲಾವಣೆಗಳನ್ನು ಉಂಟುಮಾಡಬಹುದು. ಉದಾಹರಣೆಗೆ, ಹೆಚ್ಚಿನ ತಾಪಮಾನವು ಕಾಡುಗಳಿಂದ ಇಂಗಾಲವನ್ನು ಹೀರಿಕೊಳ್ಳುವ ಸಾಮರ್ಥ್ಯವನ್ನು ಕಡಿಮೆ ಮಾಡಬಹುದು.

Chapter 7: Threats to the Emerald Kingdom

ಅಧ್ಯಾಯ 7: ಹಸಿರು ರಾಜ್ಯದ ಬೆದರಿಕೆಗಳು

ಅರಣ್ಯನಾಶ, ಮರ ಉಡುಗಾರ, ಹವಾಮಾನ ಬದಲಾವಣೆ ಮತ್ತು ಆಕ್ರಮಣಕಾರಿ ಜಾತಿಗಳನ್ನು ಒಳಗೊಂಡಂತೆ ವಿಶ್ವದಾದ್ಯಂತ ಕಾಡುಗಳಿಗೆ ಇರುವ ಪ್ರಮುಖ ಬೆದರಿಕೆಗಳನ್ನು ಗುರುತಿಸಿ

ಕಾಡುಗಳು ಭೂಮಿಯ ಜೀವವೈವಿಧ್ಯತೆ ಮತ್ತು ಆರೋಗ್ಯಕ್ಕೆ ಅತ್ಯಗತ್ಯವಾಗಿವೆ. ಅವು ಗಾಳಿಯನ್ನು ಶುದ್ಧಗೊಳಿಸಲು, ನೀರನ್ನು ಸಂಗ್ರಹಿಸಲು ಮತ್ತು ಜೀವವೈವಿಧ್ಯತೆಯನ್ನು ಬೆಂಬಲಿಸಲು ಸಹಾಯ ಮಾಡುತ್ತವೆ. ಆದಾಗ್ಯೂ, ವಿಶ್ವದಾದ್ಯಂತ ಕಾಡುಗಳು ಹಲವಾರು ಬೆದರಿಕೆಗಳನ್ನು ಎದುರಿಸುತ್ತಿವೆ. ಈ ಬೆದರಿಕೆಗಳು ಕಾಡುಗಳ ನಷ್ಟಕ್ಕೆ ಕಾರಣವಾಗುತ್ತವೆ ಮತ್ತು ಜಾಗತಿಕ ಹವಾಮಾನ ಬದಲಾವಣೆಗೆ ಕೊಡುಗೆ ನೀಡುತ್ತವೆ.

ಅರಣ್ಯನಾಶ

ಅರಣ್ಯನಾಶವು ಕಾಡುಗಳ ನಷ್ಟಕ್ಕೆ ಅತ್ಯಂತ ದೊಡ್ಡ ಬೆದರಿಕೆಗಳಲ್ಲಿ ಒಂದಾಗಿದೆ. ಅರಣ್ಯನಾಶವು ಭೂಮಿಯ ಮೇಲ್ಮೈಯ 30% ರಷ್ಟು ಪ್ರದೇಶವನ್ನು ನಾಶಪಡಿಸಿದೆ. ಅರಣ್ಯನಾಶವು ಹಲವಾರು ಕಾರಣಗಳಿಗಾಗಿ ಸಂಭವಿಸುತ್ತದೆ, ಅವುಗಳೆಂದರೆ:

- ಜಮೀನು ಬಳಕೆಯ ಬದಲಾವಣೆ: ಜನರು ಜಮೀನನ್ನು ಕೃಷಿ, ಪಶುಸಂಗೋಪನೆ ಅಥವಾ ಗೃಹನಿರ್ಮಾಣಕ್ಕಾಗಿ ಬಳಸಲು ಅರಣ್ಯಗಳನ್ನು cleared ಗೊಳಿಸುತ್ತಾರೆ.

- ಮರ ಉಡುಗಾರ: ಮರಗಳನ್ನು ತಮ್ಮ ಮರದ, ಬೀಜಗಳು ಅಥವಾ ಇತರ ಸಂಪನ್ಮೂಲಗಳಿಗಾಗಿ ಕಡಿದುಹಾಕಲಾಗುತ್ತದೆ.
- ಅಡವಿಯ ಬೆಂಕಿ: ಅಡವಿಯ ಬೆಂಕಿಗಳು ಪ್ರಕೃತಿ ಅಥವಾ ಮಾನವ ಚಟುವಟಿಕೆಗಳಿಂದ ಉಂಟಾಗಬಹುದು.

ಮರ ಉಡುಗಾರ

ಮರ ಉಡುಗಾರವು ಕಾಡುಗಳ ನಷ್ಟಕ್ಕೆ ಇನ್ನೊಂದು ಪ್ರಮುಖ ಬೆದರಿಕೆ. ಮರಗಳನ್ನು ತಮ್ಮ ಮರದ, ಬೀಜಗಳು ಅಥವಾ ಇತರ ಸಂಪನ್ಮೂಲಗಳಿಗಾಗಿ ಕಡಿದುಹಾಕಲಾಗುತ್ತದೆ. ಮರ ಉಡುಗಾರಿಕೆಯು ಸಾಮಾನ್ಯವಾಗಿ ಅಕ್ರಮವಾಗಿರುತ್ತದೆ ಮತ್ತು ಕಾಡಿನ ಪರಿಸರ ವ್ಯವಸ್ಥೆಗೆ ಹಾನಿಯನ್ನುಂಟುಮಾಡುತ್ತದೆ.

ಹವಾಮಾನ ಬದಲಾವಣೆ

ಹವಾಮಾನ ಬದಲಾವಣೆಯು ಕಾಡುಗಳಿಗೆ ಮತ್ತೊಂದು ಬೆದರಿಕೆಯಾಗಿದೆ. ಹವಾಮಾನ ಬದಲಾವಣೆಯು ಕಾಡುಗಳಿಗೆ ಒಳ್ಳೆಯದು ಅಥವಾ ಕೆಟ್ಟದಾಗಿರಬಹುದು. ಕೆಲವು ಕಾಡುಗಳು ಹೆಚ್ಚಿನ ತಾಪಮಾನ ಮತ್ತು ಹೆಚ್ಚು ಶುಷ್ಕತೆಗೆ ಹೊಂದಿಕೊಳ್ಳಬಹುದು, ಆದರೆ ಇತರ ಕಾಡುಗಳು ನಾಶವಾಗಬಹುದು.

ಆಕ್ರಮಣಕಾರಿ ಜಾತಿಗಳು

ಆಕ್ರಮಣಕಾರಿ ಜಾತಿಗಳು ಕಾಡುಗಳಿಗೆ ಮತ್ತೊಂದು ಬೆದರಿಕೆಯಾಗಿದೆ. ಆಕ್ರಮಣಕಾರಿ ಜಾತಿಗಳು ಸ್ಥಳೀಯ ಜಾತಿಗಳೊಂದಿಗೆ ಪೈಪೋಟಿ ನಡೆಸುತ್ತವೆ ಮತ್ತು ಅವುಗಳನ್ನು ನಾಶಪಡಿಸಬಹುದು. ಆಕ್ರಮಣಕಾರಿ ಜಾತಿಗಳು ಸಸ್ಯಗಳು, ಪ್ರಾಣಿಗಳು ಅಥವಾ ಪರೋಪಜೀವಿಗಳಾಗಿರಬಹುದು.

ಜೈವಿಕ ವೈವಿಧ್ಯತೆ, ಪರಿಸರ ಸೇವೆಗಳು ಮತ್ತು ಮಾನವ ದುರತೆಗಳಿಗೆ ಅರಣ್ಯನಾಶ, ಮರ ಉಡುಗಾರಿಕೆ, ಹವಾಮಾನ ಬದಲಾವಣೆ ಮತ್ತು ಆಕ್ರಮಣಕಾರಿ ಜಾತಿಗಳ ಪರಿಣಾಮಗಳು

ಕಾಡುಗಳು ಜೀವವೈವಿಧ್ಯತೆ ಮತ್ತು ಪರಿಸರ ಸೇವೆಗಳಿಗೆ ಅತ್ಯಗತ್ಯವಾಗಿವೆ. ಅವು ಭೂಮಿಯ ಮೇಲಿನ ಜೀವವೈವಿಧ್ಯತೆಯ ಅರ್ಧದಷ್ಟು ಪ್ರಭೇದಗಳಿಗೆ ನೆಲೆಯಾಗಿದೆ. ಕಾಡುಗಳು ಗಾಳಿಯನ್ನು ಶುದ್ದಗೊಳಿಸಲು, ನೀರನ್ನು ಸಂಗ್ರಹಿಸಲು ಮತ್ತು ಜೀವವೈವಿಧ್ಯತೆಯನ್ನು ಬೆಂಬಲಿಸಲು ಸಹಾಯ ಮಾಡುತ್ತವೆ.

ಜೈವಿಕ ವೈವಿಧ್ಯತೆಗೆ ಪರಿಣಾಮಗಳು

ಅರಣ್ಯನಾಶ, ಮರ ಉಡುಗಾರಿಕೆ, ಹವಾಮಾನ ಬದಲಾವಣೆ ಮತ್ತು ಆಕ್ರಮಣಕಾರಿ ಜಾತಿಗಳು ಜೈವಿಕ ವೈವಿಧ್ಯತೆಯ ಮೇಲೆ ಗಂಭೀರ ಪರಿಣಾಮ ಬೀರುತ್ತವೆ. ಈ ಬೆದರಿಕೆಗಳು ಪ್ರಭೇದಗಳ ಅಳಿವು ಮತ್ತು ನಷ್ಟಕ್ಕೆ ಕಾರಣವಾಗುತ್ತವೆ.

ಅರಣ್ಯನಾಶ

ಅರಣ್ಯನಾಶವು ಜೈವಿಕ ವೈವಿಧ್ಯತೆಯ ನಷ್ಟಕ್ಕೆ ಅತ್ಯಂತ ದೊಡ್ಡ ಬೆದರಿಕೆಯಾಗಿದೆ. ಅರಣ್ಯನಾಶವು ಜೀವವೈವಿಧ್ಯತೆಯ ಗುರುತಿಸಲ್ಪಟ್ಟ ಪ್ರದೇಶಗಳ 20% ರಷ್ಟು ನಷ್ಟಕ್ಕೆ ಕಾರಣವಾಗಿದೆ. ಅರಣ್ಯನಾಶವು ಪ್ರಭೇದಗಳಿಗೆ ಆವಾಸಸ್ಥಾನವನ್ನು ಕಳೆದುಕೊಳ್ಳಲು ಕಾರಣವಾಗುತ್ತದೆ, ಇದು ಅಳಿವಿನ ಅಪಾಯವನ್ನು ಹೆಚ್ಚಿಸುತ್ತದೆ.

ಮರ ಉಡುಗಾರಿಕೆ

ಮರ ಉಡುಗಾರಿಕೆ ಸಹ ಜೈವಿಕ ವೈವಿಧ್ಯತೆಯ ನಷ್ಟಕ್ಕೆ ಕಾರಣವಾಗುತ್ತದೆ. ಮರ ಉಡುಗಾರಿಕೆಯು ಪ್ರಭೇದಗಳಿಗೆ ಆಹಾರ ಮತ್ತು ಆಶ್ರಯವನ್ನು ಕಳೆದುಕೊಳ್ಳಲು ಕಾರಣವಾಗುತ್ತದೆ.

ಹವಾಮಾನ ಬದಲಾವಣೆ

ಹವಾಮಾನ ಬದಲಾವಣೆಯು ಜೈವಿಕ ವೈವಿಧ್ಯತೆಯ ನಷ್ಟಕ್ಕೆ ಕಾರಣವಾಗುತ್ತದೆ. ಹವಾಮಾನ ಬದಲಾವಣೆಯು ಉಷ್ಣತೆ, ಮಳೆ ಮತ್ತು ವಾತಾವರಣದ ಇತರ ಅಂಶಗಳಲ್ಲಿ ಬದಲಾವಣೆಗಳಿಗೆ ಕಾರಣವಾಗುತ್ತದೆ. ಈ ಬದಲಾವಣೆಗಳು ಪ್ರಭೇದಗಳಿಗೆ ಹೊಂದಿಕೊಳ್ಳುವುದನ್ನು ಕಷ್ಟಕರಗೊಳಿಸುತ್ತದೆ ಮತ್ತು ಅಳಿವಿನ ಅಪಾಯವನ್ನು ಹೆಚ್ಚಿಸುತ್ತದೆ.

ಆಕ್ರಮಣಕಾರಿ ಜಾತಿಗಳು

ಆಕ್ರಮಣಕಾರಿ ಜಾತಿಗಳು ಸ್ಥಳೀಯ ಜಾತಿಗಳೊಂದಿಗೆ ಪೈಪೋಟಿ ನಡೆಸುತ್ತವೆ ಮತ್ತು ಅವುಗಳನ್ನು ನಾಶಪಡಿಸುತ್ತವೆ. ಆಕ್ರಮಣಕಾರಿ ಜಾತಿಗಳು ಪ್ರಭೇದಗಳ ಅಳಿವಿನ ಅಪಾಯವನ್ನು ಹೆಚ್ಚಿಸುತ್ತವೆ.

ಪರಿಸರ ಸೇವೆಗಳಿಗೆ ಪರಿಣಾಮಗಳು

ಅರಣ್ಯನಾಶ, ಮರ ಉಡುಗಾರಿಕೆ, ಹವಾಮಾನ ಬದಲಾವಣೆ ಮತ್ತು ಆಕ್ರಮಣಕಾರಿ ಜಾತಿಗಳು ಪರಿಸರ ಸೇವೆಗಳ ಮೇಲೆ ಗಂಭೀರ ಪರಿಣಾಮ ಬೀರುತ್ತವೆ. ಪರಿಸರ ಸೇವೆಗಳು ನಮ್ಮ ಜೀವನಕ್ಕೆ ಅತ್ಯಗತ್ಯವಾಗಿವೆ.

ಕಾಡು ಸಂರಕ್ಷಣೆ ಮತ್ತು ಸಮರ್ಥನೆ ನಿರ್ವಹಣಾ ಕ್ರಮಗಳ ಪ್ರಾಮುಖ್ಯತೆ

ಕಾಡುಗಳು ಭೂಮಿಯ ಜೀವವೈವಿಧ್ಯತೆ ಮತ್ತು ಆರೋಗ್ಯಕ್ಕೆ ಅತ್ಯಗತ್ಯವಾಗಿವೆ. ಅವು ಗಾಳಿಯನ್ನು ಶುದ್ಧಗೊಳಿಸಲು, ನೀರನ್ನು ಸಂಗ್ರಹಿಸಲು ಮತ್ತು ಜೀವವೈವಿಧ್ಯತೆಯನ್ನು ಬೆಂಬಲಿಸಲು ಸಹಾಯ ಮಾಡುತ್ತವೆ. ಆದಾಗ್ಯೂ, ವಿಶ್ವದಾದ್ಯಂತ ಕಾಡುಗಳು ಹಲವಾರು ಬೆದರಿಕೆಗಳನ್ನು ಎದುರಿಸುತ್ತಿವೆ. ಈ ಬೆದರಿಕೆಗಳು ಕಾಡುಗಳ ನಷ್ಟಕ್ಕೆ ಕಾರಣವಾಗುತ್ತವೆ ಮತ್ತು ಜಾಗತಿಕ ಹವಾಮಾನ ಬದಲಾವಣೆಗೆ ಕೊಡುಗೆ ನೀಡುತ್ತವೆ.

ಕಾಡು ಸಂರಕ್ಷಣೆ ಮತ್ತು ಸಮರ್ಥನೆ ನಿರ್ವಹಣಾ ಕ್ರಮಗಳು ಈ ಬೆದರಿಕೆಗಳನ್ನು ಎದುರಿಸಲು ಮತ್ತು ಕಾಡುಗಳಿಗೆ ರಕ್ಷಣೆ ನೀಡಲು ಅಗತ್ಯವಾಗಿವೆ. ಈ ಕ್ರಮಗಳು ಕಾಡುಗಳ ನಷ್ಟವನ್ನು ತಡೆಯಲು, ಕಾಡುಗಳನ್ನು ಉತ್ತೇಜಿಸಲು ಮತ್ತು ಕಾಡುಗಳಿಂದ ಉಂಟಾಗುವ ಪರಿಸರ ಸೇವೆಗಳನ್ನು ಕಾಪಾಡಿಕೊಳ್ಳಲು ಸಹಾಯ ಮಾಡುತ್ತದೆ.

ಕಾಡು ಸಂರಕ್ಷಣೆ ಮತ್ತು ಸಮರ್ಥನೆ ನಿರ್ವಹಣಾ ಕ್ರಮಗಳ ಪ್ರಯೋಜನಗಳು

ಕಾಡು ಸಂರಕ್ಷಣೆ ಮತ್ತು ಸಮರ್ಥನೆ ನಿರ್ವಹಣಾ ಕ್ರಮಗಳು ಹಲವಾರು ಪ್ರಯೋಜನಗಳನ್ನು ನೀಡುತ್ತದೆ. ಈ ಕ್ರಮಗಳು ಈ ಕೆಳಗಿನವುಗಳನ್ನು ಒಳಗೊಂಡಿವೆ:

- ಜೈವಿಕ ವೈವಿಧ್ಯತೆಯ ಸಂರಕ್ಷಣೆ: ಕಾಡು ಸಂರಕ್ಷಣೆ ಮತ್ತು ಸಮರ್ಥನೆ ನಿರ್ವಹಣಾ ಕ್ರಮಗಳು ಭೂಮಿಯ ಮೇಲಿನ ಜೀವವೈವಿಧ್ಯತೆಯನ್ನು ಉಳಿಸಲು ಸಹಾಯ

ಮಾಡುತ್ತದೆ. ಈ ಕ್ರಮಗಳು ಪ್ರಭೇದಗಳ ಅಳಿವಿನ ಅಪಾಯವನ್ನು ಕಡಿಮೆ ಮಾಡಲು ಸಹಾಯ ಮಾಡುತ್ತದೆ.

- ಪರಿಸರ ಸೇವೆಗಳ ಸಂರಕ್ಷಣೆ: ಕಾಡುಗಳು ನಮ್ಮ ಜೀವನಕ್ಕೆ ಅತ್ಯಗತ್ಯವಾದ ಹಲವಾರು ಪರಿಸರ ಸೇವೆಗಳನ್ನು ಒದಗಿಸುತ್ತದೆ. ಕಾಡು ಸಂರಕ್ಷಣೆ ಮತ್ತು ಸಮರ್ಥನೆ ನಿರ್ವಹಣಾ ಕ್ರಮಗಳು ಈ ಪರಿಸರ ಸೇವೆಗಳನ್ನು ಕಾಪಾಡಿಕೊಳ್ಳಲು ಸಹಾಯ ಮಾಡುತ್ತದೆ. ಈ ಸೇವೆಗಳಲ್ಲಿ ಗಾಳಿಯನ್ನು ಶುದ್ಧಗೊಳಿಸುವುದು, ನೀರನ್ನು ಸಂಗ್ರಹಿಸುವುದು ಮತ್ತು ಭೂಮಿಯ ಮಣ್ಣನ್ನು ರಕ್ಷಿಸುವುದು ಸೇರಿವೆ.

- ಸಮುದಾಯಗಳಿಗೆ ಪ್ರಯೋಜನಗಳು: ಕಾಡು ಸಂರಕ್ಷಣೆ ಮತ್ತು ಸಮರ್ಥನೆ ನಿರ್ವಹಣಾ ಕ್ರಮಗಳು ಸಮುದಾಯಗಳಿಗೆ ಹಲವಾರು ಪ್ರಯೋಜನಗಳನ್ನು ನೀಡುತ್ತದೆ. ಈ ಕ್ರಮಗಳು ಕಾಡುಗಳಿಂದ ಉಂಟಾಗುವ ಆಹಾರ, ಆರೋಗ್ಯ ಮತ್ತು ಆರ್ಥಿಕ ಪ್ರಯೋಜನಗಳನ್ನು ಸುಧಾರಿಸಲು ಸಹಾಯ ಮಾಡುತ್ತದೆ.

ಕಾಡು ಸಂರಕ್ಷಣೆ ಮತ್ತು ಸಮರ್ಥನೆ ನಿರ್ವಹಣಾ ಕ್ರಮಗಳನ್ನು ಹೇಗೆ ಅನುಷ್ಠಾನಗೊಳಿಸುವುದು

ಕಾಡು ಸಂರಕ್ಷಣೆ ಮತ್ತು ಸಮರ್ಥನೆ ನಿರ್ವಹಣಾ ಕ್ರಮಗಳನ್ನು ಅನುಷ್ಠಾನಗೊಳಿಸಲು ವಿವಿಧ ಮಾರ್ಗಗಳಿವೆ

Chapter 8: The Guardians of the Green
ಅಧ್ಯಾಯ 8: ಹಸಿರಿನ ರಕ್ಷಕರು

ಕಾಡುಗಳನ್ನು ರಕ್ಷಿಸಲು ಮತ್ತು ಹದಗೆಡಿದ ಪರಿಸರ ವ್ಯವಸ್ಥೆಗಳನ್ನು ಪುನರ್ವಸ್ಥಾಪಿಸಲು ಶ್ರಮಿಸುತ್ತಿರುವ ವ್ಯಕ್ತಿಗಳು ಮತ್ತು ಸಂಘಟನೆಗಳು

ಕಾಡುಗಳು ಭೂಮಿಯ ಜೀವವೈವಿಧ್ಯತೆ ಮತ್ತು ಆರೋಗ್ಯಕ್ಕೆ ಅತ್ಯಗತ್ಯವಾಗಿವೆ. ಆದಾಗ್ಯೂ, ವಿಶ್ವದಾದ್ಯಂತ ಕಾಡುಗಳು ಹಲವಾರು ಬೆದರಿಕೆಗಳನ್ನು ಎದುರಿಸುತ್ತಿವೆ. ಈ ಬೆದರಿಕೆಗಳನ್ನು ಎದುರಿಸಲು ಮತ್ತು ಕಾಡುಗಳಿಗೆ ರಕ್ಷಣೆ ನೀಡಲು, ಹಲವಾರು ವ್ಯಕ್ತಿಗಳು ಮತ್ತು ಸಂಘಟನೆಗಳು ಶ್ರಮಿಸುತ್ತಿವೆ.

ವ್ಯಕ್ತಿಗಳು

- ಡಾ. ಗುರ್ಮೇಲ್ ಸಿಂಗ್: ಭಾರತದ ಒಡಿಶಾ ರಾಜ್ಯದ ಜನ್ಮಸ್ಥಳದಿಂದ ಬಂದಿರುವ ಡಾ. ಗುರ್ಮೇಲ್ ಸಿಂಗ್ ಅವರು ಹದಗೆಡಿದ ಪರಿಸರ ವ್ಯವಸ್ಥೆಗಳನ್ನು ಪುನರ್ವಸ್ಥಾಪಿಸುವಲ್ಲಿ ಪ್ರಮುಖ ಪಾತ್ರ ವಹಿಸಿದ್ದಾರೆ. ಅವರು 1970 ರ ದಶಕದಲ್ಲಿ ಒಡಿಶಾದ ಗಂಜಾಂ ಜಿಲ್ಲೆಯಲ್ಲಿ ಒಂದು ಕಾಡನ್ನು ನೆಡಲು ಪ್ರಾರಂಭಿಸಿದರು. ಈಗ, ಅವರ ಕಾಡು ಭಾರತದ ಅತಿದೊಡ್ಡ ಖಾಸಗಿ ಕಾಡುಗಳಲ್ಲಿ ಒಂದಾಗಿದೆ.

- ಡಾ. ಡಯಾನಾ ಕೀಸ್: ಡಾ. ಡಯಾನಾ ಕೀಸ್ ಅವರು ಯುನೈಟೆಡ್ ಸ್ಟೇಟ್ಸ್‌ನ ಒಬ್ಬ ಪ್ರಸಿದ್ಧ ಪರಿಸರವಾದಿ. ಅವರು 1970 ರ ದಶಕದಲ್ಲಿ ಕಾಡು ಸಂರಕ್ಷಣೆಗಾಗಿ ಹೋರಾಡಲು ಪ್ರಾರಂಭಿಸಿದರು. ಅವರು

ಹಲವಾರು ಪುಸ್ತಕಗಳನ್ನು ಬರೆದಿದ್ದಾರೆ ಮತ್ತು ಕಾಡುಗಳ ಬಗ್ಗೆ ಅರಿವು ಮೂಡಿಸಲು ಕೆಲಸ ಮಾಡುತ್ತಾರೆ.

- ಪಾಲ್ ಹಾರ್ವರ್ಡ್: ಪಾಲ್ ಹಾರ್ವರ್ಡ್ ಅವರು ಯುನೈಟೆಡ್ ಸ್ಟೇಟ್ಸ್‌ನ ಒಬ್ಬ ವಾಸ್ತುಶಿಲ್ಪಿ. ಅವರು ಕಾಡುಗಳನ್ನು ರಕ್ಷಿಸಲು ಮತ್ತು ಪುನರ್ವಸ್ಥಾಪಿಸಲು ಸಹಾಯ ಮಾಡುವ ಹೊಸ ರೀತಿಯ ವಾಸ್ತುಶಿಲ್ಪವನ್ನು ಅಭಿವೃದ್ಧಿಪಡಿಸಿದ್ದಾರೆ. ಅವರ ಕೆಲಸವು ಕಾಡುಗಳಿಗೆ ಹೊಸ ಜೀವನವನ್ನು ನೀಡಲು ಸಹಾಯ ಮಾಡಿದೆ.

ಸಂಘಟನೆಗಳು

- ವರ್ಲ್ಡ್ ವಾರ್ಡ್‌ವೈಡ್: ವರ್ಲ್ಡ್ ವಾರ್ಡ್‌ವೈಡ್ ಒಂದು ಅಂತರರಾಷ್ಟ್ರೀಯ ಸಂಘಟನೆಯಾಗಿದ್ದು, ಇದು ಕಾಡುಗಳನ್ನು ರಕ್ಷಿಸಲು ಮತ್ತು ಪುನರ್ವಸ್ಥಾಪಿಸಲು ಕೆಲಸ ಮಾಡುತ್ತದೆ. ಸಂಘಟನೆಯು ಕಾಡುಗಳ ಬಗ್ಗೆ ಅರಿವು ಮೂಡಿಸಲು, ಕಾಡುಗಳ ನಷ್ಟವನ್ನು ತಡೆಯಲು ಮತ್ತು ಹದಗೆಡಿದ ಪರಿಸರ ವ್ಯವಸ್ಥೆಗಳನ್ನು ಪುನರ್ವಸ್ಥಾಪಿಸಲು ಕೆಲಸ ಮಾಡುತ್ತದೆ.

- ದಿ ಗ್ರೀನ್ ಪೀಸ್: ದಿ ಗ್ರೀನ್ ಪೀಸ್ ಒಂದು ಅಂತರರಾಷ್ಟ್ರೀಯ ಪರಿಸರ ಸಂಘಟನೆಯಾಗಿದ್ದು, ಇದು ಕಾಡುಗಳನ್ನು ರಕ್ಷಿಸಲು ಮತ್ತು ಪುನರ್ವಸ್ಥಾಪಿಸಲು ಕೆಲಸ ಮಾಡುತ್ತದೆ.

ಸಮುದಾಯ-ಆಧಾರಿತ ಉಪಕ್ರಮಗಳಿಂದ ಅಂತರರಾಷ್ಟ್ರೀಯ ಒಪ್ಪಂದಗಳವರೆಗೆ, ಕಾಡು ಸಂರಕ್ಷಣೆಯ ವಿವಿಧ ವಿಧಾನಗಳನ್ನು ಅನ್ವೇಷಿಸಿ

ಕಾಡುಗಳು ಭೂಮಿಯ ಜೀವವೈವಿಧ್ಯತೆ ಮತ್ತು ಆರೋಗ್ಯಕ್ಕೆ ಅತ್ಯಗತ್ಯವಾಗಿವೆ. ಆದಾಗ್ಯೂ, ವಿಶ್ವದಾದ್ಯಂತ ಕಾಡುಗಳು ಹಲವಾರು ಬೆದರಿಕೆಗಳನ್ನು ಎದುರಿಸುತ್ತಿವೆ. ಈ ಬೆದರಿಕೆಗಳನ್ನು ಎದುರಿಸಲು ಮತ್ತು ಕಾಡುಗಳಿಗೆ ರಕ್ಷಣೆ ನೀಡಲು, ವಿವಿಧ ವಿಧಾನಗಳನ್ನು ಅನುಸರಿಸಲಾಗುತ್ತದೆ.

ಸಮುದಾಯ-ಆಧಾರಿತ ಉಪಕ್ರಮಗಳು

ಕಾಡು ಸಂರಕ್ಷಣೆಯಲ್ಲಿ ಸಮುದಾಯಗಳು ಪ್ರಮುಖ ಪಾತ್ರ ವಹಿಸುತ್ತವೆ. ಸಮುದಾಯ-ಆಧಾರಿತ ಉಪಕ್ರಮಗಳು ಕಾಡುಗಳ ಬಗ್ಗೆ ಸಮುದಾಯಗಳ ಅರಿವನ್ನು ಹೆಚ್ಚಿಸಲು, ಕಾಡುಗಳ ನೈಸರ್ಗಿಕ ಸಂಪನ್ಮೂಲಗಳನ್ನು ಸುಸ್ಥಿರವಾಗಿ ಬಳಸಲು ಮತ್ತು ಕಾಡುಗಳ ರಕ್ಷಣೆಗಾಗಿ ಕ್ರಮಗಳನ್ನು ತೆಗೆದುಕೊಳ್ಳಲು ಸಹಾಯ ಮಾಡುತ್ತದೆ.

ಸಮುದಾಯ-ಆಧಾರಿತ ಉಪಕ್ರಮಗಳಲ್ಲಿ ಕೆಲವು ಉದಾಹರಣೆಗಳು ಇಲ್ಲಿವೆ:

- ಕಾಡುಗಳಲ್ಲಿನ ಸಮುದಾಯ ಕಾವಲು
- ಕಾಡುಗಳಲ್ಲಿನ ಪರಿಸರ ಶಿಕ್ಷಣ
- ಕಾಡುಗಳಲ್ಲಿನ ಸುಸ್ಥಿರ ಕೃಷಿ ಮತ್ತು ಪಶುಸಂಗೋಪನೆ

ಅಂತರರಾಷ್ಟ್ರೀಯ ಒಪ್ಪಂದಗಳು

ಅಂತರರಾಷ್ಟ್ರೀಯ ಒಪ್ಪಂದಗಳು ಕಾಡು ಸಂರಕ್ಷಣೆಯಲ್ಲಿ ಪ್ರಮುಖ ಪಾತ್ರ ವಹಿಸುತ್ತವೆ. ಈ ಒಪ್ಪಂದಗಳು ಕಾಡುಗಳ ನಷ್ಟವನ್ನು ತಡೆಯಲು ಮತ್ತು ಕಾಡುಗಳ ರಕ್ಷಣೆಗೆ ಸಹಾಯ ಮಾಡಲು ನಿಯಮಗಳನ್ನು ಮತ್ತು ಮಾರ್ಗಸೂಚಿಗಳನ್ನು ಒದಗಿಸುತ್ತದೆ.

ಕಾಡು ಸಂರಕ್ಷಣೆಯಲ್ಲಿನ ಕೆಲವು ಪ್ರಮುಖ ಅಂತರರಾಷ್ಟ್ರೀಯ ಒಪ್ಪಂದಗಳು ಇಲ್ಲಿವೆ:

- ಬಯೋಡೈವರ್ಸಿಟಿ ಒಪ್ಪಂದ
- ಕಾಡುಗಳ ನೈಸರ್ಗಿಕ ಸಂಪನ್ಮೂಲಗಳ ಬಳಕೆಯ ಬಗ್ಗೆ ಅಂತರರಾಷ್ಟ್ರೀಯ ಒಪ್ಪಂದ
- ಕೈಗಾರಿಕ ಕಾಡುಗಳ ನಾಶವನ್ನು ತಡೆಗಟ್ಟುವ ಕುರಿತು ಅಂತರರಾಷ್ಟ್ರೀಯ ಒಪ್ಪಂದ

ಇತರ ವಿಧಾನಗಳು

ಕಾಡು ಸಂರಕ್ಷಣೆಯಲ್ಲಿ ಇತರ ವಿಧಾನಗಳು ಸಹ ಬಳಸಲ್ಪಡುತ್ತವೆ. ಈ ವಿಧಾನಗಳಲ್ಲಿ ಕೆಲವು ಉದಾಹರಣೆಗಳು ಇಲ್ಲಿವೆ:

- ಕಾಡುಗಳಲ್ಲಿನ ಅಕ್ರಮ ಚಟುವಟಿಕೆಗಳನ್ನು ನಿಲ್ಲಿಸಲು ಕಾನೂನು ಮತ್ತು ನಿಯಂತ್ರಣಗಳನ್ನು ಜಾರಿಗೊಳಿಸುವುದು
- ಕಾಡುಗಳಿಗೆ ಆರ್ಥಿಕ ಮೌಲ್ಯವನ್ನು ನೀಡುವುದು
- ಜಾಗೃತಿ ಮೂಡಿಸುವ ಕಾರ್ಯಕ್ರಮಗಳನ್ನು ನಡೆಸುವುದು

ಕಾಡು ಸಂರಕ್ಷಣೆಯು ಒಂದು ಸಂಕೀರ್ಣ ಸಮಸ್ಯೆಯಾಗಿದೆ. ಈ ಸಮಸ್ಯೆಯನ್ನು ಪರಿಹರಿಸಲು ವಿವಿಧ ವಿಧಾನಗಳನ್ನು ಬಳಸುವುದು ಅಗತ್ಯವಾಗಿದೆ.

ಸಮರ್ಥನೆ ಕಾಡು ನಿರ್ವಹಣೆಯನ್ನು ಪ್ರಚಾರ ಮಾಡುವಲ್ಲಿ ಶಿಕ್ಷಣ ಮತ್ತು ಜಾಗೃತಿಯ ಪಾತ್ರ

ಕಾಡುಗಳು ಭೂಮಿಯ ಜೀವವೈವಿಧ್ಯತೆ ಮತ್ತು ಆರೋಗ್ಯಕ್ಕೆ ಅತ್ಯಗತ್ಯವಾಗಿವೆ. ಆದಾಗ್ಯೂ, ವಿಶ್ವದಾದ್ಯಂತ ಕಾಡುಗಳು ಹಲವಾರು ಬೆದರಿಕೆಗಳನ್ನು ಎದುರಿಸುತ್ತಿವೆ. ಈ ಬೆದರಿಕೆಗಳನ್ನು ಎದುರಿಸಲು ಮತ್ತು ಕಾಡುಗಳಿಗೆ ರಕ್ಷಣೆ ನೀಡಲು, ಸಮರ್ಥನೆ ಕಾಡು ನಿರ್ವಹಣೆಯನ್ನು ಪ್ರಚಾರ ಮಾಡುವುದು ಮುಖ್ಯವಾಗಿದೆ.

ಸಮರ್ಥನೆ ಕಾಡು ನಿರ್ವಹಣೆಯು ಕಾಡುಗಳನ್ನು ಉಳಿಸಲು ಮತ್ತು ಅವುಗಳಿಂದ ಸುಸ್ಥಿರವಾಗಿ ಪ್ರಯೋಜನ ಪಡೆಯಲು ಸಹಾಯ ಮಾಡುವ ಒಂದು ವಿಧಾನವಾಗಿದೆ. ಇದು ಕಾಡುಗಳ ನೈಸರ್ಗಿಕ ಸಂಪನ್ಮೂಲಗಳನ್ನು ಸಂರಕ್ಷಿಸಲು ಮತ್ತು ಕಾಡುಗಳಿಗೆ ಆವಾಸಸ್ಥಾನವನ್ನು ಒದಗಿಸಲು ನೆರವಾಗುತ್ತದೆ.

ಸಮರ್ಥನೆ ಕಾಡು ನಿರ್ವಹಣೆಯನ್ನು ಪ್ರಚಾರ ಮಾಡುವಲ್ಲಿ ಶಿಕ್ಷಣ ಮತ್ತು ಜಾಗೃತಿಯು ಪ್ರಮುಖ ಪಾತ್ರ ವಹಿಸುತ್ತದೆ. ಶಿಕ್ಷಣ ಮತ್ತು ಜಾಗೃತಿ ಜನರಿಗೆ ಕಾಡುಗಳ ಮೌಲ್ಯವನ್ನು ಅರ್ಥಮಾಡಿಕೊಳ್ಳಲು ಮತ್ತು ಅವುಗಳನ್ನು ರಕ್ಷಿಸಲು ಸಹಾಯ ಮಾಡುತ್ತದೆ.

ಶಿಕ್ಷಣ ಮತ್ತು ಜಾಗೃತಿಯನ್ನು ವಿವಿಧ ರೀತಿಯಲ್ಲಿ ಪ್ರಚಾರ ಮಾಡಬಹುದು. ಕೆಲವು ಸಾಮಾನ್ಯ ವಿಧಾನಗಳು ಇಲ್ಲಿವೆ:

- ಶಾಲೆಗಳು ಮತ್ತು ಕಾಲೇಜುಗಳಲ್ಲಿ ಪರಿಸರ ಶಿಕ್ಷಣ
- ಪರಿಸರ ಸಂಘಟನೆಗಳು ಮತ್ತು ಸರ್ಕಾರಗಳಿಂದ ಜಾಗೃತಿ ಮೂಡಿಸುವ ಕಾರ್ಯಕ್ರಮಗಳು

- ಪರಿಸರ ಚಲನಚಿತ್ರಗಳು ಮತ್ತು ದೂರದರ್ಶನ ಕಾರ್ಯಕ್ರಮಗಳು
- ಸಾಮಾಜಿಕ ಮಾಧ್ಯಮವನ್ನು ಬಳಸುವುದು

ಶಿಕ್ಷಣ ಮತ್ತು ಜಾಗೃತಿ ಕಾಡು ಸಂರಕ್ಷಣೆಯಲ್ಲಿ ಪ್ರಮುಖ ಪಾತ್ರ ವಹಿಸುತ್ತದೆ. ಈ ಚಟುವಟಿಕೆಗಳು ಜನರಿಗೆ ಕಾಡುಗಳ ಮೌಲ್ಯವನ್ನು ಅರ್ಥಮಾಡಿಕೊಳ್ಳಲು ಮತ್ತು ಅವುಗಳನ್ನು ರಕ್ಷಿಸಲು ಸಹಾಯ ಮಾಡುತ್ತದೆ.

ಶಿಕ್ಷಣ ಮತ್ತು ಜಾಗೃತಿಯು ಸಮರ್ಥನೆ ಕಾಡು ನಿರ್ವಹಣೆಯನ್ನು ಪ್ರಚಾರಿಸುವಲ್ಲಿ ಹೇಗೆ ಸಹಾಯ ಮಾಡುತ್ತದೆ?

ಶಿಕ್ಷಣ ಮತ್ತು ಜಾಗೃತಿ ಸಮರ್ಥನೆ ಕಾಡು ನಿರ್ವಹಣೆಯನ್ನು ಪ್ರಚಾರಿಸುವಲ್ಲಿ ಹಲವಾರು ರೀತಿಯಲ್ಲಿ ಸಹಾಯ ಮಾಡುತ್ತದೆ. ಕೆಲವು ಪ್ರಮುಖ ವಿಧಾನಗಳು ಇಲ್ಲಿವೆ:

- ಜನರಿಗೆ ಕಾಡುಗಳ ಮೌಲ್ಯವನ್ನು ಅರ್ಥಮಾಡಿಕೊಳ್ಳಲು ಸಹಾಯ ಮಾಡುತ್ತದೆ. ಶಿಕ್ಷಣ ಮತ್ತು ಜಾಗೃತಿ ಜನರಿಗೆ ಕಾಡುಗಳು ಭೂಮಿಯ ಜೀವವೈವಿಧ್ಯತೆ ಮತ್ತು ಆರೋಗ್ಯಕ್ಕೆ ಹೇಗೆ ಮುಖ್ಯವಾಗಿವೆ ಎಂಬುದನ್ನು ಅರ್ಥಮಾಡಿಕೊಳ್ಳಲು ಸಹಾಯ ಮಾಡುತ್ತದೆ. ಇದು ಜನರಿಗೆ ಕಾಡುಗಳನ್ನು ರಕ್ಷಿಸಲು ಪ್ರೋತ್ಸಾಹಿಸುತ್ತದೆ.
- ಜನರಿಗೆ ಕಾಡುಗಳಿಂದ ಸುಸ್ಥಿರವಾಗಿ ಪ್ರಯೋಜನ ಪಡೆಯಲು ಸಹಾಯ ಮಾಡುತ್ತದೆ. ಶಿಕ್ಷಣ ಮತ್ತು ಜಾಗೃತಿ ಜನರಿಗೆ ಕಾಡುಗಳನ್ನು ಹೇಗೆ ಸುಸ್ಥಿರವಾಗಿ ಬಳಸಬೇಕೆಂದು ಅರ್ಥಮಾಡಿಕೊಳ್ಳಲು ಸಹಾಯ ಮಾಡುತ್ತದೆ.

Chapter 9: A Future Rooted in Hope
ಅಧ್ಯಾಯ 9: ಹಸಿರಿನಲ್ಲಿ ಬೇರೂರಿರುವ ಭವಿಷ್ಯ

ಬದಲಾಗುತ್ತಿರುವ ಪ್ರಪಂಚದಲ್ಲಿ ಕಾಡುಗಳ ಭವಿಷ್ಯ

ಕಾಡುಗಳು ಭೂಮಿಯ ಜೀವವೈವಿಧ್ಯತೆ ಮತ್ತು ಆರೋಗ್ಯಕ್ಕೆ ಅತ್ಯಗತ್ಯವಾಗಿವೆ. ಆದಾಗ್ಯೂ, ವಿಶ್ವದಾದ್ಯಂತ ಕಾಡುಗಳು ಹಲವಾರು ಬೆದರಿಕೆಗಳನ್ನು ಎದುರಿಸುತ್ತಿವೆ. ಈ ಬೆದರಿಕೆಗಳು ಕಾಡುಗಳ ನಷ್ಟಕ್ಕೆ ಕಾರಣವಾಗುತ್ತವೆ ಮತ್ತು ಜಾಗತಿಕ ಹವಾಮಾನ ಬದಲಾವಣೆಗೆ ಕೊಡುಗೆ ನೀಡುತ್ತವೆ.

ಬದಲಾಗುತ್ತಿರುವ ಪ್ರಪಂಚದಲ್ಲಿ, ಕಾಡುಗಳ ಭವಿಷ್ಯವು ಅನಿಶ್ಚಿತವಾಗಿದೆ. ಜನಸಂಖ್ಯೆಯ ಬೆಳವಣಿಗೆ, ಆರ್ಥಿಕ ಬೆಳವಣಿಗೆ ಮತ್ತು ಹವಾಮಾನ ಬದಲಾವಣೆ ಕಾಡುಗಳ ಮೇಲೆ ತೀವ್ರ ಪರಿಣಾಮ ಬೀರಬಹುದು.

ಕಾಡುಗಳ ನಷ್ಟ

20 ನೇ ಶತಮಾನದಲ್ಲಿ, ವಿಶ್ವದ ಕಾಡುಗಳ ನಾಲ್ಕನೇ ಒಂದು ಭಾಗವನ್ನು ನಾಶಪಡಿಸಲಾಗಿದೆ. ಈ ನಷ್ಟವು ಜೀವವೈವಿಧ್ಯತೆ ನಷ್ಟ, ಮಣ್ಣಿನ ಅವನತಿಯು, ಪ್ರವಾಹಗಳು ಮತ್ತು ಭೂಕುಸಿತಗಳಂತಹ ನೈಸರ್ಗಿಕ ವಿಪತ್ತುಗಳ ಹೆಚ್ಚಿನ ಅಪಾಯಕ್ಕೆ ಕಾರಣವಾಗಿದೆ.

ಆರ್ಥಿಕ ಬೆಳವಣಿಗೆ

ಆರ್ಥಿಕ ಬೆಳವಣಿಗೆಯು ಕಾಡುಗಳ ನಷ್ಟಕ್ಕೆ ಮತ್ತೊಂದು ಪ್ರಮುಖ ಕಾರಣವಾಗಿದೆ. ಕಾಡುಗಳನ್ನು ಕೃಷಿ, ಪಶುಸಂಗೋಪನೆ ಮತ್ತು ಇತರ ಉದ್ಯಮಗಳಿಗಾಗಿ ಅಳಿಸಲಾಗುತ್ತದೆ.

ಹವಾಮಾನ ಬದಲಾವಣೆ

ಹವಾಮಾನ ಬದಲಾವಣೆಯು ಕಾಡುಗಳ ಮೇಲೆ ತೀವ್ರ ಪರಿಣಾಮ ಬೀರುತ್ತದೆ. ಹೆಚ್ಚಿನ ತಾಪಮಾನ ಮತ್ತು ಹೆಚ್ಚಿನ ಶುಷ್ಕತೆಯು ಕಾಡುಗಳ ಬೆಳವಣಿಗೆಯನ್ನು ಕಡಿಮೆ ಮಾಡುತ್ತದೆ ಮತ್ತು ಕಾಡು ಬೆಂಕಿಯ ಅಪಾಯವನ್ನು ಹೆಚ್ಚಿಸುತ್ತದೆ.

ಕಾಡುಗಳ ಭವಿಷ್ಯಕ್ಕೆ ಭರವಸೆ

ಬದಲಾಗುತ್ತಿರುವ ಪ್ರಪಂಚದಲ್ಲಿ, ಕಾಡುಗಳ ಭವಿಷ್ಯವು ಅನಿಶ್ಚಿತವಾಗಿದೆ. ಆದಾಗ್ಯೂ, ಕಾಡುಗಳನ್ನು ರಕ್ಷಿಸಲು ಮತ್ತು ಸಂರಕ್ಷಿಸಲು ಕೆಲವು ಭರವಸೆಗಳಿವೆ.

- ಜಾಗೃತಿ ಮತ್ತು ಶಿಕ್ಷಣ: ಜನರಿಗೆ ಕಾಡುಗಳ ಮೌಲ್ಯವನ್ನು ಅರ್ಥಮಾಡಿಕೊಳ್ಳಲು ಮತ್ತು ಅವುಗಳನ್ನು ರಕ್ಷಿಸಲು ಶಿಕ್ಷಣ ಮತ್ತು ಜಾಗೃತಿ ಮುಖ್ಯವಾಗಿದೆ.
- ಸಮುದಾಯ-ಆಧಾರಿತ ಉಪಕ್ರಮಗಳು: ಸಮುದಾಯ-ಆಧಾರಿತ ಉಪಕ್ರಮಗಳು ಕಾಡುಗಳ ಬಗ್ಗೆ ಜಾಗೃತಿ ಮೂಡಿಸಲು ಮತ್ತು ಕಾಡುಗಳ ರಕ್ಷಣೆಗೆ ಸಹಾಯ ಮಾಡಲು ಸಹಾಯ ಮಾಡುತ್ತದೆ.
- ಕಾನೂನು ಮತ್ತು ನಿಯಂತ್ರಣಗಳು: ಕಾನೂನು ಮತ್ತು ನಿಯಂತ್ರಣಗಳು ಕಾಡುಗಳ ನಾಶವನ್ನು ತಡೆಯಲು ಸಹಾಯ ಮಾಡುತ್ತದೆ.

ಕಾಡುಗಳನ್ನು ರಕ್ಷಿಸಲು ಮತ್ತು ಪುನರ್ವಸ್ಥಾಪಿಸಲು ನಮಗೆ ಸಹಾಯ ಮಾಡುವ ಭರವಸೆಯ ಮಬಾಧಿನಿಗಳು ಮತ್ತು ತಂತ್ರಜ್ಞಾನಗಳು

ಕಾಡುಗಳು ಭೂಮಿಯ ಜೀವವೈವಿಧ್ಯತೆ ಮತ್ತು ಆರೋಗ್ಯಕ್ಕೆ ಅತ್ಯಗತ್ಯವಾಗಿವೆ. ಆದಾಗ್ಯೂ, ವಿಶ್ವದಾದ್ಯಂತ ಕಾಡುಗಳು ಹಲವಾರು ಬೆದರಿಕೆಗಳನ್ನು ಎದುರಿಸುತ್ತಿವೆ. ಈ ಬೆದರಿಕೆಗಳು ಕಾಡುಗಳ ನಷ್ಟಕ್ಕೆ ಕಾರಣವಾಗುತ್ತವೆ ಮತ್ತು ಜಾಗತಿಕ ಹವಾಮಾನ ಬದಲಾವಣೆಗೆ ಕೊಡುಗೆ ನೀಡುತ್ತವೆ.

ಕಾಡುಗಳನ್ನು ರಕ್ಷಿಸಲು ಮತ್ತು ಪುನರ್ವಸ್ಥಾಪಿಸಲು, ನಾವು ಹೊಸ ಮತ್ತು ಸೃಜನಶೀಲ ವಿಧಾನಗಳನ್ನು ಅಭಿವೃದ್ಧಿಪಡಿಸಬೇಕು. ಕೆಲವು ಭರವಸೆಯ ಮಬಾಧಿನಿಗಳು ಮತ್ತು ತಂತ್ರಜ್ಞಾನಗಳು ಇಲ್ಲಿವೆ:

ಮಬಾಧಿನಿಗಳು

- ಸಮುದಾಯ-ಆಧಾರಿತ ಕಾಡು ನಿರ್ವಹಣೆ: ಈ ವಿಧಾನವು ಕಾಡುಗಳನ್ನು ಸಂರಕ್ಷಿಸಲು ಮತ್ತು ನಿರ್ವಹಿಸಲು ಸಮುದಾಯಗಳನ್ನು ಒಟ್ಟಾಗಿ ಕೆಲಸ ಮಾಡುವಂತೆ ಪ್ರೋತ್ಸಾಹಿಸುತ್ತದೆ.

- ಸಹಜ ಕಾಡು ನಿರ್ವಹಣೆ: ಈ ವಿಧಾನವು ಕಾಡುಗಳ ನೈಸರ್ಗಿಕ ಪ್ರಕ್ರಿಯೆಗಳನ್ನು ಬೆಂಬಲಿಸುವ ಮೂಲಕ ಕಾಡುಗಳನ್ನು ರಕ್ಷಿಸುತ್ತದೆ.

- ಕಾಡುಗಳಲ್ಲಿನ ಜೀವವೈವಿಧ್ಯತೆಯನ್ನು ಸಂರಕ್ಷಿಸುವುದು: ಕಾಡುಗಳಲ್ಲಿನ ಜೀವವೈವಿಧ್ಯತೆಯನ್ನು ಕಾಪಾಡಿಕೊಳ್ಳುವುದು ಕಾಡುಗಳ ಆರೋಗ್ಯ ಮತ್ತು ಸ್ಥಿರತೆಗೆ ಅವಶ್ಯಕವಾಗಿದೆ.

ತಂತ್ರಜ್ಞಾನ

- ಸೂಕ್ಷ್ಮ ಚಿತ್ರಣ ಮತ್ತು ಡೇಟಾ ವಿಶ್ಲೇಷಣೆ: ಈ ತಂತ್ರಜ್ಞಾನಗಳು ಕಾಡುಗಳ ನಷ್ಟವನ್ನು ಗುರುತಿಸಲು ಮತ್ತು ಕಾಡುಗಳನ್ನು ರಕ್ಷಿಸಲು ಹೊಸ ಮಾರ್ಗಗಳನ್ನು ಅಭಿವೃದ್ಧಿಪಡಿಸಲು ಸಹಾಯ ಮಾಡುತ್ತದೆ.

- ಸಸ್ಯಗಳ ಮತ್ತು ಪ್ರಾಣಿಗಳ ಹೊಸ ತಳಿಗಳ ಅಭಿವೃದ್ಧಿ: ಈ ತಳಿಗಳು ಹವಾಮಾನ ಬದಲಾವಣೆ ಮತ್ತು ಇತರ ಬೆದರಿಕೆಗಳಿಗೆ ಹೆಚ್ಚು ಪ್ರತಿರೋಧಕವಾಗಿರಬಹುದು.

- ಕಾಡುಗಳಲ್ಲಿನ ಹೊಸ ಪರಿಸರ ವ್ಯವಸ್ಥೆಗಳನ್ನು ರಚಿಸುವುದು: ಈ ವ್ಯವಸ್ಥೆಗಳು ಕಾಡುಗಳ ನೈಸರ್ಗಿಕ ಆವಾಸಸ್ಥಾನಗಳನ್ನು ಮರುಸೃಷ್ಟಿಸಲು ಸಹಾಯ ಮಾಡುತ್ತದೆ.

ಈ ಮಬಾಧಿನಿಗಳು ಮತ್ತು ತಂತ್ರಜ್ಞಾನಗಳು ಕಾಡುಗಳನ್ನು ರಕ್ಷಿಸಲು ಮತ್ತು ಪುನರ್ವಸ್ಥಾಪಿಸಲು ಭರವಸೆ ನೀಡುತ್ತವೆ. ಆದಾಗ್ಯೂ, ಅವುಗಳನ್ನು ಪರಿಣಾಮಕಾರಿಯಾಗಿ ಅಳವಡಿಸಲು ಹೆಚ್ಚಿನ ಸಂಶೋಧನೆ ಮತ್ತು ಅಭಿವೃದ್ಧಿ ಅಗತ್ಯವಿದೆ.

ಕಾಡುಗಳನ್ನು ರಕ್ಷಿಸಲು ನಾವೆಲ್ಲರೂ ಒಟ್ಟಾಗಿ ಕೆಲಸ ಮಾಡಬೇಕು. ಈ ಮಬಾಧಿನಿಗಳು ಮತ್ತು ತಂತ್ರಜ್ಞಾನಗಳನ್ನು ಬಳಸಿಕೊಂಡು, ನಾವು ಭವಿಷ್ಯದ ಪೀಳಿಗೆಗಳಿಗೆ ಆರೋಗ್ಯಕರ ಮತ್ತು ಸಮೃದ್ಧ ಕಾಡುಗಳನ್ನು ನೀಡಲು ಸಹಾಯ ಮಾಡಬಹುದು.

ಹಸಿರು ಭವಿಷ್ಯಕ್ಕಾಗಿ ಹೋರಾಟದಲ್ಲಿ ಸಕ್ರಿಯ ಪಾಲ್ಗಾರರಾಗಲು ಓದುಗರನ್ನು ಪ್ರೋತ್ಸಾಹಿಸಿ

ಪರಿಚಯ

ಪ್ರಪಂಚವು ಬದಲಾಗುತ್ತಿದೆ. ಹವಾಮಾನ ಬದಲಾವಣೆ, ಜೀವವೈವಿಧ್ಯತೆಯ ನಷ್ಟ ಮತ್ತು ಇತರ ಪರಿಸರ ಸಮಸ್ಯೆಗಳು ನಮ್ಮ ಗ್ರಹದ ಆರೋಗ್ಯ ಮತ್ತು ಭವಿಷ್ಯಕ್ಕೆ ಬೆದರಿಕೆ ಹಾಕುತ್ತಿವೆ. ಈ ಸಮಸ್ಯೆಗಳನ್ನು ಪರಿಹರಿಸಲು, ನಾವೆಲ್ಲರೂ ಒಟ್ಟಾಗಿ ಕೆಲಸ ಮಾಡಬೇಕು.

ಹಸಿರು ಭವಿಷ್ಯಕ್ಕಾಗಿ ಹೋರಾಟದಲ್ಲಿ ಸಕ್ರಿಯ ಪಾಲ್ಗಾರರಾಗಲು ನೀವು ಏನು ಮಾಡಬಹುದು?

ನೀವು ಹಸಿರು ಭವಿಷ್ಯಕ್ಕಾಗಿ ಹೋರಾಟದಲ್ಲಿ ಸಕ್ರಿಯ ಪಾಲ್ಗಾರರಾಗಲು ಈ ಕೆಳಗಿನವುಗಳನ್ನು ಮಾಡಬಹುದು:

- ಶಿಕ್ಷಣ ಮತ್ತು ಜಾಗೃತಿ ಮೂಡಿಸಿ. ಜನರು ಪರಿಸರ ಸಮಸ್ಯೆಗಳ ಬಗ್ಗೆ ತಿಳಿದಿದ್ದರೆ, ಅವರು ಅವುಗಳನ್ನು ಪರಿಹರಿಸಲು ಹೆಚ್ಚು ಸಾಧ್ಯವಾಗುತ್ತದೆ. ನೀವು ನಿಮ್ಮ ಸ್ನೇಹಿತರು, ಕುಟುಂಬ ಮತ್ತು ಸಮುದಾಯದೊಂದಿಗೆ ಪರಿಸರದ ಬಗ್ಗೆ ಮಾತನಾಡಿ ಮತ್ತು ಅವರಿಗೆ ಸಹಾಯ ಮಾಡಲು ಏನು ಮಾಡಬಹುದು ಎಂಬುದನ್ನು ತಿಳಿಸಿ.

- ನಿಮ್ಮ ಜೀವನಶೈಲಿಯಲ್ಲಿ ಬದಲಾವಣೆಗಳನ್ನು ಮಾಡಿ. ನೀವು ನಿಮ್ಮ ಜೀವನಶೈಲಿಯಲ್ಲಿ ಕೆಲವು ಸಣ್ಣ ಬದಲಾವಣೆಗಳನ್ನು ಮಾಡುವ ಮೂಲಕ ಪರಿಸರದ ಮೇಲೆ ನಿಮ್ಮ ಪ್ರಭಾವವನ್ನು ಕಡಿಮೆ ಮಾಡಬಹುದು. ಉದಾಹರಣೆಗೆ, ನೀವು ಕಡಿಮೆ ಶಕ್ತಿಯನ್ನು ಬಳಸುವ ವಸ್ತುಗಳನ್ನು

ಖರೀದಿಸಬಹುದು, ಕಡಿಮೆ ಕಾರು ಚಲಾಯಿಸಬಹುದು ಮತ್ತು ಹೆಚ್ಚು ಸಸ್ಯ ಆಹಾರವನ್ನು ಸೇವಿಸಬಹುದು.

- ಪರಿಸರ ಸಂಸ್ಥೆಗಳಿಗೆ ಸಹಾಯ ಮಾಡಿ. ಪರಿಸರ ಸಂಸ್ಥೆಗಳು ಪರಿಸರ ಸಮಸ್ಯೆಗಳನ್ನು ಪರಿಹರಿಸಲು ಹೆಣಗಾಡುತ್ತಿವೆ. ನೀವು ಕಾನೂನುಬದ್ಧ ಹೋರಾಟ, ಶಿಕ್ಷಣ ಅಥವಾ ಇತರ ಯಾವುದೇ ರೀತಿಯಲ್ಲಿ ಪರಿಸರ ಸಂಸ್ಥೆಗೆ ಸಹಾಯ ಮಾಡಬಹುದು.

ಹಸಿರು ಭವಿಷ್ಯವು ನಮ್ಮೆಲ್ಲರ ಕೈಯಲ್ಲಿದೆ. ನಾವೆಲ್ಲರೂ ಒಟ್ಟಾಗಿ ಕೆಲಸ ಮಾಡಿದರೆ, ನಾವು ನಮ್ಮ ಗ್ರಹವನ್ನು ಆರೋಗ್ಯಕರ ಮತ್ತು ಸ್ಥಿರ ಭವಿಷ್ಯಕ್ಕಾಗಿ ರಕ್ಷಿಸಬಹುದು.

ನಿಮ್ಮ ಕ್ರಿಯೆಗಳು ಮುಖ್ಯವಾಗಿವೆ

ನೀವು ಒಬ್ಬ ವ್ಯಕ್ತಿ ಮಾತ್ರ ಎಂದು ನೀವು ಭಾವಿಸಬಹುದು, ಆದರೆ ನಿಮ್ಮ ಕ್ರಿಯೆಗಳು ಮುಖ್ಯವಾಗಿವೆ. ನೀವು ಶಿಕ್ಷಣ ಮತ್ತು ಜಾಗೃತಿ ಮೂಡಿಸುವ ಮೂಲಕ, ನಿಮ್ಮ ಜೀವನಶೈಲಿಯಲ್ಲಿ ಬದಲಾವಣೆಗಳನ್ನು ಮಾಡುವ ಮೂಲಕ ಅಥವಾ ಪರಿಸರ ಸಂಸ್ಥೆಗಳಿಗೆ ಸಹಾಯ ಮಾಡುವ ಮೂಲಕ, ನೀವು ಪರಿಸರಕ್ಕೆ ಒಳ್ಳೆಯದನ್ನು ಮಾಡುತ್ತಿದ್ದೀರಿ.

ನಿಮ್ಮ ಕ್ರಿಯೆಗಳು ನೀವು ಭವಿಷ್ಯದಲ್ಲಿ ಬದುಕಲು ಬಯಸುವ ಜಗತ್ತನ್ನು ರಚಿಸಲು ಸಹಾಯ ಮಾಡುತ್ತವೆ.

www.ingramcontent.com/pod-product-compliance
Lightning Source LLC
LaVergne TN
LVHW052004060526
838201LV00059B/3826

* 9 7 9 8 8 6 9 1 1 5 6 6 9 *